कथा अकलेच्या कांद्याची

शंकर पाटील

मेहता पब्लिशिंग हाऊस

◆ *या पुस्तकातील लेखकाची मते, घटना, वर्णने ही त्या लेखकाची असून त्याच्याशी प्रकाशक सहमत असतीलच असे नाही.*

KATHA AKLECHYA KANDYACHI by SHANKAR PATIL

कथा अकलेच्या कांद्याची : शंकर पाटील / नाटक

© सुरक्षित

मराठी पुस्तक प्रकाशनाचे हक्क मेहता पब्लिशिंग हाऊस, पुणे.

प्रकाशक : सुनील अनिल मेहता, मेहता पब्लिशिंग हाऊस,
 १९४१ सदाशिव पेठ, माडीवाले कॉलनी, पुणे – ४११०३०.

प्रकाशनकाल : २६ जानेवारी, १९६९ / १८ सप्टेंबर, १९८५ /
 मेहता पब्लिशिंग हाऊसची तिसरी आवृत्ती : जून, २०१० /
 मार्च, २०१२ / जुलै, २०१३ / सप्टेंबर, २०१५ /
 पुनर्मुद्रण : ऑक्टोबर, २०१७

मुखपृष्ठ : देविदास पेशवे

P Book ISBN 9788184981209
E Book ISBN 9788184988635
E Books available on : play.google.com/store/books
 www.amazon.in/b?node=15513892031

नाट्यरंगमल्हारनिर्मित

कथा अकलेच्या कांद्याची!

पहिला प्रयोग सांगली येथे १४ सप्टेंबर, १९६७ रोजी भावे नाट्यमंदिरात झाला.
पहिल्या प्रयोगातील भूमिका व अभिनेते असे होते—

चांदणी चटपटकरीण	:	लीला गांधी
अवचितराव	:	निळू फुले
धोतरोजी (सोंगाड्या)	:	राम नगरकर
सैदू व शेठजी	:	प्रभाकर तावरे
शाहीर	:	मल्लेश
कवटीपरीक्षा वैद्य– सरपंच	:	बबन काळे
श्रीमती चरित्रे व सेक्रेटरी	:	सौ. विजया चांदेकर
जास्वंदी	:	इंदुबाला गळदगेकर
नर्तक	:	मोहन वैद्य, रंजन साळवी
बिटनिक व संपादक	:	रोशन कुमार होनप
दिग्दर्शक	:	निळू फुले
संगीत	:	राम कदम
गीते	:	कवी संजीव
	आणि	
कथ कल्पना	:	अमृत गोरे

अंक पहिला

– नमन शूळडमरूधर जटवर शंकर
तुम्हीच रंग मल्हार... तुम्हीच रंग मल्हार
शिवगण तांडव तुम्ही मांडिले
नूपुर नृत्य झनकार...।।धृ।।
या तुकया ज्ञानेश्वरा माझी इवली ओंजळ भरा
द्या पंख नवे पाखरा, द्या स्फूर्ति लोक शाहिरा
गीत जानपद साहित्याची, नवीन ही ललकार ।।१।।
सुर सात सुरांनो रंग घेऊनी
तू मूर्तिमंत श्री रंगदेवता - इथे रंगावे...
तुणतुणे मंजिरी ताल काल बोलावे ।
ढोलकीच्या सवे घुंगरांनो तुम्ही नाचावे ।
आशिर्वाद द्या लेकरास तुम्ही
रसिक गुणी दिलदार – ।।२।।

(नमनाने खेळाला आरंभ होतो. नमन संपते आणि मग ढोलकीचा एक तोडा होऊन बापूराव आणि तातेराव बोर्डवर प्रवेश करतात....)

बापूराव	:	तातेराव ...
तातेराव	:	काय बापूराव?
बापूराव	:	नमन झालं..
तातेराव	:	व्यय, पैल्या झुटला देवपूजा आटपून घेतली... न्हाईतर व्हायली म्हंजे व्हाऊन जाती...
बापूराव	:	व्यय, मग कामात देवपूजेची कुठली आटवान? बरं आता म्होरं?
तातेराव	:	म्होरं काय ?
बापूराव	:	न्हवं, पूजा झाली; आता म्होरचं काय तरी बगा...
तातेराव	:	म्होरचं काय बगतोस?
बापूराव	:	न्हवं, पूजा झाली. आरती झाली; आता काय तरी पोटात घालायचं बगा की...
तातेराव	:	म्हंजे काय तरी 'खादीची' चळवळ करावी म्हंतोस?
बापूराव	:	हं ऽऽ गाशी! ब्रेकफास्ट हो!
तातेराव	:	ब्रेकफास्ट! अरं तुझ्या बापूरावा!
बापूराव	:	पोटाची आटवान काढली ह्यात काय बिगाडलं? – बायकूची तर काढली न्हाई न्हवं?
तातेराव	:	अरं ह्याच्या बायकूच्या! काय म्हणूतरी तुला? एहेरे बापूसाबा!
बापूराव	:	तातेराव, एवडी हेटावणी कराया काय झालं तरी काय?
तातेराव	:	कोंच्या साळंत शिकलास रं?
बापूराव	:	बानं आमाला साळंत कुठं घातलं?

तातेराव	:	मग कशात घातलं तर तुला?
बापूराव	:	साळंत काय न्हाई पर तालमीत घातलंतं बघा..
तातेराव	:	तरीच...
बापूराव	:	काय तरीच?
तातेराव	:	तरीच एवढा खादीवर दणका गा...
बापूराव	:	पर ईश्शस्तवन ते होईतवर काय बोल्लो काय?
तातेराव	:	हुड्टावरच्या शेन्या...
बापूराव	:	हं, काय झालं?
तातेराव	:	एवढं सगळं लोक म्होरं बसल्यात.
बापूराव	:	व्हय, मग?
तातेराव	:	त्यांच्या म्होरं बसून खुशाल दाडवान हालीवणार?
बापूराव	:	त्यास्नीबी या म्हणायचं आणि आपलं खाली बघून खायाला लागायचं... सोडा गटळं
तातेराव	:	गटळं?
बापूराव	:	ब्रेकफास्ट हो!
तातेराव	:	ते झालं, पर पाठीला भाकरी बांधून आलोय असं समजतोस काय? कोर्ट न्हवं हे!
बापूराव	:	आन् मग हो? पोटाचं काय?
तातेराव	:	जरा कळ काढ. आता एवढ्यात गवळणी येतील. त्या आल्यावर बघू वाट आडवून काय जमतंय काय?
बापूराव	:	असं व्हय, आता त्या कवा याच्याऽऽ. ह्यो चांगला आशिर्वाद दिला बघ!
तातेराव	:	काय झालं?
बापूराव	:	काय हुणार? म्हस याल्यावर दूध पे अशातलंच सांगणं झालं तुमचं! आता ह्या गवळणी कवा याच्या, वाट कवा अडवायची आणि आमी दाडवान कवा हालवायचं! (तो खाली पडून राहतो...)
तातेराव	:	काय रं, असा आडवा का झालास?
बापूराव	:	खाली भुईला कान लावून बघतो.
तातेराव	:	काय मग लागती का चाऊळ?
बापूराव	:	तातेराव, पाट मांडा - आला ब्रेकफास्ट...
तातेराव	:	तूच लई भुक्यावलाईस... घे चेंबलं आणि न्हा उभा... आल्या बघ गवळणी.. आता दुधाला तोटा न्हाई.

		(दोन गवळणी आणि एक मावशी पायांतले चाळ वाजवत ठूमकत प्रवेश करतात... वाट अडवून बापूराव म्हणतो)
बापूराव	:	अऽऽऽक कोंची पार्टी?
मावशी	:	पार्टी? आमी कोंच्या पक्षातलं न्हवं बाबा...
बापूराव	:	बरं पार्टी ऱ्हाउंद्या, फड कोंचा असं इचारतो?
मावशी	:	फड? आम्हांला काय ऊसकरी समजतोस काय? लमाणांचा तांडा न्हवं ह्यो?
तातेराव	:	बापूराव, गवळणी हैतं ह्या गवळणी.. हो तर डोळं चोळून बघा...
बापूराव	:	असं असं असं. गवळणी हैत व्हय? मी म्हंतोय पायांत चाळ वाजत्यात तवा तमाशाचा फडच आला जणू!
मावशी	:	न्हाई बाबा, आम्ही गवळणी हाय गवळणी.
बापूराव	:	प्रश्न मिटला! हे बगा गवळणीनो.. तुमचीच वाट बघाय लागलो होतो...
एकजण	:	काहो? काय झालं?
बापूराव	:	ते काहो बीहो आता इचारत बसू नका... एकदम मुद्याचं बोला...धारा काढल्यात का काढायच्या हतं?
मावशी	:	ए बया, काय बोलणं!
बापूराव	:	अगं, सांगा लवकर
मावशी	:	अरं, आमी मथुरेच्या बाजाराला निघालोय, आणि अजून धारा काढायच्या ऱ्हाल्यात?
बापूराव	:	बरं, मग काढा बघू लिटर लिटर दूध.
मावशी	:	लिटर लिटर?
बापूराव	:	वट्टात लिटर न्हवं. प्रत्येकीचं पावशेर निराळं.
मावशी	:	ए पावशेराच्या...दूध मागतोस? कोण रं तू?
बापूराव	:	मी कोन? खुद् किसनदेवाचा अंडर सेक्रेटरी हाय!
मावशी	:	सेक्रेटरी ? कोंच्या ग्रामपंचायतीत लागलाईस?
बापूराव	:	अगं, ग्रामपंचायतीत लागयला झेडपीचा नोकर न्हाई!
मावशी	:	मग कोण हैस?
बापूराव	:	खुद् किसनदेवाचा पर्सनल सेक्रेटरी हाय : मी अंडर आणि हे तातेराव माझ्यावरचं. काढा दूध...
मावशी	:	दूध ? दूध न्हाई बाबा...
बापूराव	:	काय सांगता तुमी? वशिंडावाचून बैल आणि दुधावाचून गवळणी

	कुठं असत्यात व्हय? काढा दूध.
मावशी	: देवाशपथ... दूध न्हाई रं...
तातेराव	: बापूराव, काय ऐकतोस? माल जप्त कर.
मावशी	: काय जप्त कर? हो तर झडती घेकी तिघींची बी. खोटं बोलतो काय आमी?
तातेराव	: खरंच दूध नाही?
मावशी	: न्हाई.
तातेराव	: मग काय सगळं धईच हाय ?
मावशी	: दूध न्हाई आन् धई तर कुटलं?
तातेराव	: लोणी तरी हाय का लोणी?
बापूराव	: व्हय! ब्रेडला लावून खाऊ...
मावशी	: ताक करायला धई न्हाई आन् लोणी कशाचं रं बाबा? थंडीनं व्हट फुटलं तर त्येला लावायला लोण्याचं नख मिळंना...
बापूराव	: अगं, मग कशाला झालाय गवळणी?
गवळण	: काय करावं गवळणीनं तरी? साऱ्या मुलखात डेऱ्या निघाल्यात आन् कोन इचारतंय आमच्या दुधाला?
तातेराव	: व्हय, कोपरेटिव बेसीसवर चऊकडं चालल्यात खऱ्या...
गवळण	: अस्सं, कसं बोल्लास!
तातेराव	: बरं! मग काय माल घेऊन इकाय निघालाय?
बापूराव	: ते खरं सांगणार व्हय? तपासूनच बघू... ए उतार बुट्टी.
एकजण	: तांदूळ हैत... खातोस?
बापूराव	: तांदूळ ? आयला ब्लॅक मार्केट!
तातेराव	: आंबेम्होर दिसतोय बापूराव!
बापूराव	: दिल्ली राईस असला तरी आपल्याला नको... काळा बाजार हाय. आपल्या पचनी पडायचं न्हाई.
तातेराव	: बरं, व्हाऊद्धा. तुझ्या बुट्टीत काय हाय गं?
दुसरी	: राख हाय शेणीची.
तातेराव	: राख! शेणीची ? दाताला लावायला राखुंडी?
दुसरी	: न्हाई, भांडी घासायला इकत घेत्यात! देऊ का मूठ मूठ?
बापूराव	: पंढरपूरचा परसाद हाय काय त्यो ? उचाल बुट्टी.
तातेराव	: बापूराव, करा ब्रेकफास्ट!
बापूराव	: ए मावशे, तुझ्या बुट्टीवरचं फडकं बाजूला कर.. बघू काय हाय?
मावशी	: काय तुमच्या कामाचं न्हाई.

बापूराव	:	अगं पर काय हाय ते तर बघू.
मावशी	:	न्हाई. जाऊ द्या मला.
बापूराव	:	तातेराव, नक्की खायाचा जिन्नस हाय बघा.
मावशी	:	मी सांगते - खायाचं काय न्हाई.
तातेराव	:	मग प्याचं हाय? बघू, बापूराव, घाला हात.
मावशी	:	ए, हात घालू नको...थांब...लांबनं बघ.
बापूराव	:	दाव तर मग.
मावशी	:	हे बघ.
बापूराव	:	काय ते! दूध तिसतंय - दूधच की -
मावशी	:	दुधाचा भास हाय... दूध न्हाई
बापूराव	:	आणि मग ? बघू. वास कसला ग ह्यो? तातेराव -
तातेराव	:	(वास घेत) बापूराव!
बापूराव	:	तातेराव - - बाटली दिसती सोड्याची.
तातेराव	:	खुळ्या लेका, सोडा का लेमन? बाटलीच्या गळ्यात गोळी हाय का?
बापूराव	:	थांबा, नीट बघतो - अहो, ही गोळीवाली बाटली दिसत नाही!
तातेराव	:	काय ग मावशे, बाटलीत गोळी का न्हाई?
मावशी	:	ती घेतली म्हंजे गोळी लागती!
तातेराव	:	कसल्या बाटल्या हैत ह्या? ह्यावर छाप का न्हाई?
मावशी	:	होम-इंडस्ट्रीचा माल हाय ह्यो, होम इंडस्ट्रीचा... त्यावर छाप नसतो!
तातेराव	:	म्हंजे बीन छापाचंच? मग ह्याचा धनी कोण?
मावशी	:	कोण घील त्यो धनी!
तातेराव	:	आई गं! ही बी काय तरी बल्ल्याची भानगड दिसती?
मावशी	:	काय न्हाई! खोकल्याचं औशीद हाय...
बापूराव	:	आयला म्हंजे हात-भट्टी ? तातेराव, एक चेंबलं घेऊ का भरून?
तातेराव	:	काय ग गवळणीनो, ह्यो माल घेऊन बाजारला जातासा?
मावशी	:	मग काय चोरी हाय काय? आता राजरोस धंदा चाल्लाय...
बापूराव	:	मग लई बरकत असंल?
मावशी	:	बरकत? खोपटात ऱ्हाणारं माडी बांधून बसल्यात!
बापूराव	:	आणि माडीवालं खोपटात शिराय लागल्यात!
तातेराव	:	होम-इंडस्ट्रीच्या नावानं चांगभलं! उचला पालखी.

बापूराव	:	बरं खाणं न्हाई ते न्हाई - एक गाणं तरी हुद्या! गवळण म्हणा, गवळण एक...
मावशी	:	पोटात काय न्हाई आणि गाणं कसलं ऐकतोस?
बापूराव	:	ह्याला म्हणायचं रसिक... करा सुरू...
एकजण	:	मावशे, आटीप बाई...नाव घेऊन मोकळं हुत्यात तसं गवळण म्हणून लागू आपल्या मार्गाला..
मावशी	:	अगं गवळण म्हणायची देवाम्होरं... ह्यांच्या म्होरं का?
तातेराव	:	अगं लोकशाहीत जंतेलाच भाव असतो! ही लोकशाही है आणि आम्ही जनता हाय... आम्हालाच देव समजा आणि म्हणा गवळण.
मावशी	:	बरं, म्हटली समज - मग काय देशील आम्हाला?
तातेराव	:	एक नवा पैसा देणार न्हाई -
मावशी	:	मग फुक्कट गवळण ऐकतोस?
तातेराव	:	ते का? निवडणुकीला उभी ऱ्हायलीस तर मत दीन बघ मत...
मावशी	:	ते तर फुकाट देशील का?
तातेराव	:	तवा जो भाव असंल त्यावर ठरवीन.
बापूराव	:	नुसकान न होता मत देता आलं तर दीन बघा -
मावशी	:	मग आम्ही तर का फुकाट गाणं म्हणावं?... चला ग -
बापूराव	:	का? जंतेचा हिसका दावावा का? गप गाणं म्हणायचं! सरकार सुदीक जंतेचं नोकर हाय असा काळ आलाय आन् मंग तुम्ही तर कोन लागून गेलाय?
मावशी	:	बाबा, म्हणतो गाणं -!
बापूराव	:	अस्सं! कळला हिसका?
मावशी	:	ऐक माझ्या रसिका -!

बिलवरी मी अरशापरी, सखे मी दिसते ग न्हाल्यावरी ।।धृ।।
नागानं कात टाकली । केसाची चमक त्यातली
ओल्या अंगी प्रभा फाकली । केळीच्या ग गाभ्यातली
घमघमाट सुटला जसा । की मलया गिरी ।। १ ।।
बांधा दिसे सुबक नेटका । जशी फुलली पुष्पवाटिका
चोळीचा खुबा तो उभा । नजरेत आला दाटका
पदराची झुले पाठिला । की अबदागिरी ।। २ ।।
तन भिजले मनहि भिजले । आतल्यातच काही शिजले
शीज भीज अशी ही होता । आतून अंग मोहरले
कोसळली जशी ही बिजली । की धरतीवरी - ।। ३।।

(गवळण झाल्यावर गवळणी निघून जातात)

बापूराव	:	तातेराव, गण झाला... गौळण झाली...झालं हे पद्धतीप्रमाणं झालं. आता म्होरं?
तातेराव	:	आता म्होरं जरा पद्द्त सोडून जायाचं.
बापूराव	:	मग डोस्क्याची टोपी काढू का?
तातेराव	:	का?
बापूराव	:	जुनी पद्धत सोडायची म्हंता म्हणून म्हंतोहो.
तातेराव	:	पर जुनी चालरीत सोडायची न्हाई.
बापूराव	:	मग नवी घ्याची कशी?
तातेराव	:	जुनी सोडायची न्हाई आणि नवी टाकायची न्हाई.
बापूराव	:	म्हंजे वग आणि नाटक एकच करायचं?
तातेराव	:	हंगाशी! वगात नाटक अन् नाटकात वग बग!
बापूराव	:	हे बेस्ट! अहो, मग सोप्या भाषेत संकर करायचं म्हणा की.
तातेराव	:	संकर म्हंजे ?
बापूराव	:	गावठी कोंबडी आणि इलायती नर ह्यास्नी एकत्र आणायचं हो! म्हंजे असं - सीताफळाची गोडी आणि रामफळाचा गर जसा हनुमानफळात येतो, तसाहो -
तातेराव	:	तसं आता हनुमानफळच म्हणंनास -
बापूराव	:	मंग आता वग का नाटक?
तातेराव	:	नव्या पद्धतीचं नाटक.
बापूराव	:	पर नाव काय?
तातेराव	:	नाव फर्सक्लास हाय.
बापूराव	:	सांगा की मग -
तातेराव	:	ऐक... कथा अकलेच्या कांद्याची -
बापूराव	:	इच्या भनं! म्हणजे माणसाची! हून जाऊ द्या - हान, वाजीव तुकडा...
तातेराव	:	तुकडा वाजवायचा न्हाई - एकदम सुरू...
बापूराव	:	म्हंजे नाटकच?
तातेराव	:	एकदम पडदा वर - चल, हो बाजूला -

(...दोघेही बाजूला होतात आणि ढोलकीवाला पुढे येऊन एक शेडा होतो - शेडा होतो व मग वग म्हटला जातो -)

कथा ही अकलेच्या कांद्याची
मोठ्या वांद्याची लाख धंद्याची
होता कुणीतरी एक येरू, होता अगदीच माथेफिरू
बाईल म्हणे मी आता काय करू,
कसं आवरू भडकलं वारू ।।१।।

(वग संपतो व स्टेजवर नेहमी विंगेत दिसणारा गोंधळ सुरू होतो.
ढोलकीवाला, पेटीवाला, कडेवाला यांच्या जोडीला दोन नाचणाऱ्या
बाया व सूत्रधार, राजा, प्रधान, यम अशी पात्रे प्रवेश करतात
व सूत्रधार विचारतो-)

सूत्रधार : (शिटी ऐकून) आटपा, आटपा; शिटी झाली.
सोंगाड्या : अहो, भडजीनं मंगलाष्टकं म्हणून करायचं काय - बोहल्यावर
चढायला कोण तयार पायजे का नको?
सूत्रधार : काय झालं काय? कशात खोळंबलंय?
सोंगाड्या : सत्यवानानं आपला मेकप कुठं केलाय अजून?
सूत्रधार : अरं टोप घातला की झाला राजा. त्याला किती उशीर होतोय?
(राजाकडं बघून) काय हो अवतार म्हणायचा -! हंऽऽ टोप
घाल आणि चल की बाबा बोर्डवर... अजून मिशीबी लावली
न्हाई?
सत्यवान : मिशी लावणार न्हाई... टोप घालणार न्हाई...
सूत्रधार : का? संप केलाय का आज? ज्यास्त घेतलीया जणू?
सोंगाड्या : घेतली न्हाई अजून - घ्याची हाय...
सूत्रधार : मग का असं?
सोंगाड्या : त्या मागणीपायी तर संप हाय...
सूत्रधार : काय म्हनला काय बाबा?
सोंगाड्या : बोला राजे...
सत्यवान : आधी रुपाया टाका... मला पावशेर घेऊन आल्याशिवाय काय
बोलणं सुचत न्हाई.. रुपाया द्या, न्हाईतर आत्ता निघालोच.
सूत्रधार : अरं बाबा, आता सत्यवान सावित्रीचा वग लावायचा हाय...
आणि असं जाऊन कसं भागंल...

सोंगाड्या	:	व्हय, मंग हितं मरणार कोण?
सत्यवान	:	कोन बी मरा - मी निघालो.
सूत्रधार	:	असं करू नको बाबा - चल - ऊठ गप.
सोंगाड्या	:	आणि आधी ह्या यमाकडं बघा...
सूत्रधार	:	त्याचं आणि काय? (बघतो -- त्यानं अर्धाच मेकप केलेला दिसतो.)
सोंगाड्या	:	यमानं अर्धच तोंड रंगवलंय - एकाच अंगाला मिशी लावलिया-
सूत्रधार	:	हे यमा - अरं ह्यो असा रं का मेकप?
यम	:	अर्धाच मेकप केलाय.
सूत्रधार	:	ते काय म्हणून?
यम	:	आज मला अर्धाच शिधा मिळालाय म्हणून. आठ आणं मिळाल्यात - अजून आठ आणं द्या न्हाईतर आज डायलॉग सुद्धा अर्धंअर्धंच बोलणार.
सूत्रधार	:	ए चांदणी ऽ ह्यो काय घोटाळा -?
चांदणी	:	का? काय झालं?
सूत्रधार	:	ह्यो राजा रुसलाय - टोप घालंना झालाय आणि यमानं अर्धाच मेकप केलाय.
चांदणी	:	खाऊन माज आलाय ह्यास्नी! ह्यो नवरा असला आणि ह्यो बा असला - काय झालं रं तुला असं वागायला?
यम	:	(घाबरून) मी एका अंगाला तोंड करून बोलीन. कामात घोटाळा करत न्हाई - सत्यवान आधी तयार हाय का बघा.
एकजण	:	अहो चला, चला की बोर्डावर - कवाच्या काय शिट्टी झालीया, पब्लिक खवाळलंय.
चांदणी	:	तुमी चला - ह्या यमाला आधी न्ह्या वढून आत. धरा हात त्याचा.. काय बघता असं?
सोंगाड्या	:	आणि ह्यो राजा?
चांदणी	:	किती केला तरी नवराच हाय न्हवं माझा, त्येचं मी बघून घेते.
सूत्रधार	:	काय हरकत न्हाई, मग आमी ह्या यमाला गचांडी देऊन घेऊन जातो.
सोंगाड्या	:	एक गचांडी द्याच- त्याबिगार चढल्याली गांजा उतरायची न्हाई.
यम	:	(मानगुटीला धरल्यावर-) अरारारा, ही कोंबड्यागत मानगुट काय धरताय माझी अशी? असं जर मला बोर्डावर न्हेलं तर पब्लिक काय म्हणंल? सोडा राव - यम हाय मी? माझी न्हाई

ते न्हाई, निदान त्या यमाची तरी जरा लाज बाळगा - अशी का अब्रू भाईर काढता? - मी माझ्या थाटात विडीबिडी वडत परवेश करतो - लोकांनी म्हणाय पायजे की, यम आला यम आला.

सोंगाड्या : आता म्हेरबानी करा आणि एका अंगालाच बघून प्रवेश करा.

यम : तर हे बगा असा जातो की - (झुरके घेत)

सोंगाड्या : अरं त्या अंगाला बघ - मिशी ह्या अंगाला हाय - रंगल्याल थोबाड कोंचं?

यम : हे. (दाखवीत) हेच.

सोंगाड्या : मग ते दिसंल असं जा - (प्रवेश करतो. सूत्रधार येऊन समोर उभा राहतो - यम मागे- सूत्रधाराचे लक्ष विंगेकडे असते.)

सत्यवान : लांब हो, लांब हो. अंगाला हात लावायचं कारण न्हाई - बायकू असलीस तरी ते उद्या बघीन!

चांदणी : अहो, अशी डोसक्यात राख घालून कसं भागंल? अहो, खेळ उभा ऱ्हाऊ द्या मग देते की रुपाया -

सत्यवान : मग तांदळाला - घवाला देतीस - आमाला देतीस धत्तुरा! मग एकदा खेळ झाल्यावर काय घ्या तुझं?

चांदणी : न्हाई. देते म्हटल्यावर देते - चला, घाला टोप -

सत्यवान : फुडाऱ्यागत मला ते नुसतं आश्वासन नको. आधी रुपाया ठेव म्होरं - रुपाया दे, मग लगेच टोप घालतो आणि सत्यवान होतो.

सोंगाड्या : अरं, पर नसल्यावर कसा द्याचा? कुठला देणार ती?

सत्यवान : अरं, माझी बायकू मला म्हायती हाय का तुला ? तिच्या कळा तुला माहिती न्हाईत - लई छत्री हाय ती - सोळा दोन्ही बत्तीस काडीची!

सोंगाड्या : असं करू या - ह्याला असाच वडून आत न्हेला तर?

चांदणी : धर बघू हाताला.

सत्यवान : फुडं येऊ नका. पळून जाईल

चांदणी : बघ, बाबा. माणसाच्या जन्माला आलाय आणि बायकूगत पळून चाल्लाय!

सूत्रधार : (लांबून) लवकर या की - आटपा. एन्ट्री घ्या - एन्ट्री...

यम : त्यासनी म्हणावं, यमराज हितं ताटकळून उभा है.

सूत्रधार : (हळू) बोलू नको की -

यम : बिडी दोऱ्यापतूर आलिया - दुसरी बिडी आणा म्हणावं एतानं एक -

सूत्रधार	:	तोंड हिकडं वळवू नका. दिसतंय न्हवं ते - तर आज सत्यवान-सावित्रीचा वग आम्ही लावणार हाय - (परत विंगेकडं लक्ष)
सत्यवान	:	रुपाया देणार असला तर सत्यवान-सावित्री लावा, न्हाईतर नुसत्याच सावित्रीचा खेळ दावा.
सोंगाड्या	:	का? सत्यवान फरारी झालाय का कुणी वारंट काढलंय?
चांदणी	:	असं करू नका. ऐका माझं - मी तुमची, फड तुमचा. असं काम सोडून कुठं पळता बरं? दोन मिनिटाचं काम - मी म्हणीन.. सत्यवाना, सत्यवाना, झाडावर चढू नको..चढू नको. तुम्ही लगीच चढायचं आणि पडायचं -
सोंगाड्या	:	व्हय, त्यात एवढं माणसाला काय अवघड? नको म्हंतापैकी हुंबदांड्यागत चढायचं आणि मग डोळं झाकून मेल्यागत गप पडायचं. मला चान्स मिळाला तर, तर आता सत्यवान होतो!
सत्यवान	:	मग हो सत्यवान तूच. मी निघालो. (पळून जातो)
चांदणी	:	अहो, धरा धरा त्याला.
सूत्रधार	:	जाऊ द्या. बळंनं घोड्यावर बसवाय नको. ऐन टायमाला आपलंच हातपाय मोडायचं.. त्यात यमानंबी फिफ्टी परसेंट मेकप केलाय - म्हंजे ह्या सत्यवान-सावित्रीच्या वगाचा सेंट परसेंट घोटाळा होणार तर! आज आपुन खेळच नवा लावू - पब्लिकला काय तरी नवं दिलं म्हंजे बरा मेळ जमंल. दिल्याचं सुख आमाला आणि घेतल्याचं त्यास्नी - तर आज आम्ही जो खेळ करून दावणार हाय त्याचा इषय म्हटला तर जुना. म्हटला तर नवा. या पुण्याईनंच आम्ही हितं उभा आहे. आपला लोभ हायंच.. तो कायम असावा ही हात जोडून इनंती -
यम	:	एक मिनीट!
सूत्रधार	:	काय?
यम	:	माझं यमाचं काम संपलं का?
सूत्रधार	:	अजून का उभा ऱ्हायलास? नवा खेळ सुरू होणार हाय -
यम	:	मग त्यात काय वाव नाही का यमाला?
सूत्रधार	:	आधी गेट आऊट हो - यमाची मनधरणी करणारी सावित्री समजतोस काय?
		(यम जातो - नाचणारी बाई प्रवेश करते)
शाहीर	:	चांदणीबाई, आम्ही तुमच्या फडाला कंटाळलो, आम्ही फड सोडून जातो.

सोंगाड्या	:	या प्रकारामुळं केवढं नुकसान झालं, सोळा खेळ घेणारा कॉन्ट्रॅक्टर आत येऊन बसला होता.
चांदणी	:	कॉन्ट्रॅक्टर? कुठाय तो!
सोंगाड्या	:	आतमधे
चांदणी	:	बोलाव बोलाव -

(कॉन्ट्रॅक्टर येतो) हा आणि कॉन्ट्रॅक्टर! हा अरे लफंगा आहे लफंगा.

ह्यो दिसतोय शेमलेवाला । ह्याचं गुपित सांगते सर्वाला
ह्यो फुकटात खेळाला आला ।
    अंग भरून मार यानं खाल्ला हो ।।धृ।।
याच्या पायात जीव भागला । अग माझ्या पाठीमागे लागला
    असा पिच्छा यानं माझा केला।।१।।
धक्का दिला कधी डोळं मोडी । खोडी करतो लावून लाडीगोडी
    कुरघोडीचा डाव ह्यानं केला।।२।।
माझ्या मैतरणीच्या बाये बिगी बिगी चालले घरला
जात होते मी बाई तिथं बारशाला
बाळ जलीमला गो बाळ जलीमला गो
    असा पिच्छा यानं जत्रंत घातलाय डोळा।।३।।

(झगडा संपतो... पब्लिकला मुजरा करून तिथंच सगळी मंडळी एकदोनदा गोल फिरून बिऱ्हाडाच्या जागी येतात.. त्यापूर्वी गोल फिरता फिरताच सोंगाड्या म्हणतो -)

सोंगाड्या	:	चांदणीबाई!
चांदणी	:	काय?
सोंगाड्या	:	आता असं करा - घरात गेल्यावर हे बायकूचं रूप सोडून तुम्हीच नवऱ्याचं रूप धारण करा.
चांदणी	:	आणि काय करू?
सोंगाड्या	:	आणि नवऱ्याला बायकू समजून चांगलं चेचून काढा...पुन्हा असं पळून जाता कामाने..

(हुश्य करून ती खाली बसते...बाकीचे काही बसतात. सोंगाड्या आत जाऊन आल्यागत करून म्हणतो -)

सोंगाड्या	:	अहो कुठंच न्हाई का घरात...सैपाकघरात..चुलीफुडं बसलं असंल म्हटलं तर तिथं बी न्हाई.
सैदू	:	(यमाची भूमिका घेणारा) मी सांगतो - त्यो हितं कुठं असणार न्हाई..
सोंगाड्या	:	मग कुठं गेला म्हणायचा...?
सैदू	:	जावायाची खोड मला म्हायती हाय...घरातला एखादा जिन्नस घेऊन त्यो आता जुन्या बाजारात गेला असंल
सोंगाड्या	:	बगा कशी चोराची पावलं चोराला म्हायती हैत!
चांदणी	:	हक्क आला बाबा ह्योंचा.. ह्यास्नीच न्हेऊन कुठं मोडीत घालता आलं तर घालावं.
सोंगाड्या	:	खपलं तर चार पैसे मिळतील, पर ह्यो असला माल मोडीत घेणार कोण?
चांदणी	:	तिसरी बारी कीरं ही ह्यांची अशी पळून जाण्याची. अशानं फड कसा चालवायचा आणि जीव कसा जगवायचा?
सोंगाड्या	:	तुम्हा बायकांचं कसं बी चालंल पर आमचं पोट कसं भरायचं?
एकजण	:	आता आपुन लागूया आपल्या आपल्या मार्गाला. दुसऱ्या कुठल्या तरी फडात शिरल्यालं काय वाईट?
सोंगाड्या	:	तर! इट इज बेटर!
सैदू	:	बरं,आमच्या आठ आण्याचं काय झालं?
चांदणी	:	हितं फडाचा इस्कोट व्हायची पाळी आलिया आणि अजून तुझं आठ आण्याचं गाऱ्हानं चालूच हाय का? कुणीकडं म्हातारा झालायस?
सोंगाड्या	:	म्हातारं होणं काय अवघड न्हाई...असाच आपला फड चालला तर वरीस सहा म्हैन्यांत आपुन सगळंच म्हातारं होऊ.
चांदणी	:	खरंच हाय की, डोस्क्याचं कॅससुदिक पिकतील!
सोंगाड्या	:	कॅस पिकण्याचा काय प्रश्न? देणेकरी कॅस ठेवायचाच न्हाई आपल्या टाळक्यावर!
सैदू	:	अहो, पर आमचं कुठं मागणं ज्यास्त हाय? एक आठ आणं देऊन टाका...माझी तलफ भागल्याशी कारान. माझ्या आठ आण्यानं काय देणं वाढणार हाय तुमचं?
सोंगाड्या	:	असा तलपी असावा! ह्याऽऽह्याला म्हणायची तल्लफ!
चांदणी	:	बा म्हणायचा का भिताड ह्यो!
सोंगाड्या	:	येवढा बा हाय तर हटत न्हाई...भिताड झाला असता तर

सिमेंट कांक्रिटचं धरणच मग!

जास्वंदी : (घाईनं) भाईर कुणाला धरून आणत्यात.

सोंगाड्या : कुणाला धरून आणायला काय पोलिस गॉट हाय काय हे?

जास्वंदी : अहो, व्हय की, बगा आदी उट्ठून...कुणाला तरी धरून आणल्यात.

चांदणी : अगंबाई! माझ्या मालकालाच धरून आणलंय की बघा पोलिसांनी. अरं, बग की धोतऱ्या - हो की फुडं.

सोंगाड्या : येवडा जीव तळतळायला काय झालं? ह्यो असला हाय तर येवडं आणि चांगला असता तर काय केलं असतं कुणाला दक्कल! मी सांगतो घे..पोलिस न्हाई आणि कोण न्हाई...

चांदणी : हितं बसून तू काय सांगतोस?

सोंगाड्या : अगं बाई, तुझा नवरा पोलिसांना सापडणं शक्य न्हाई...

सैदू : हे बाकी खरं हाय...असाच जावई बघून लेक दिलिया मी! (...एवढ्यात अवचितरावाला दोघेजण ढकलत आत आणतात- पुढं ढकललं तरी पुन्हा स्प्रिंगेगत तो त्या वेगाने मागे येतो.. एकदा सोडून दोनदा असंच होतं तेव्हा सोंगाड्या चांदणीकडं बघत हसू लागतो-)

चांदणी : अरं, हे असं कशानं झालं ह्यांचं?

सोंगाड्या : ह्यांच्या अंगात सर्कशीतली ताटली शिरलिया. फेकली की परत मागं, फेकली की परत मागं.

एकजण : ताटली न्हाई बाटली बाटली..

चांदणी : ह्यास्नी बाटलीनं असं कवा न्हाई होत हो! कुठनं घेऊन आला ह्यास्नी?

एकजण : फूटपाथवर पडला होता.

सोंगाड्या : का गटार नव्हतं का तिकडं?

एकजण : उघडी गटारं म्युनिसिपालटीनं बुजविल्यात - म्हाईत न्हाई?

सोंगाड्या : आमच्या या म्हाताऱ्याला ठावं असंल.

सैदू : व्हय व्हय! गटारं बुजवून लईंदी झालं...

सोंगाड्या : म्हंजे दारुड्यांची पडायची सोय बंद केली म्हणा ह्या म्युनिसिपालटीनं. चांगला बिछाना गेला हो!

एकजण : बरं सांभाळा ह्याला.

सोंगाड्या : बरं, तुम्हाला घर कसं काय नेमकं सापडलं?

एकजण : हितं आमचं एक तरुण मंडळ हाय - त्याचं मेंबर हाय आम्ही.

सोंगाड्या : तरुण मेंबरास्नी सगळ्यांच्या घरांचं पत्तं ठावंच असत्यात व्हय?

		ते कसं काय बरं?
एकजण	:	गणपतीच्या वर्गणीला घरोघर जातोच की...
सोंगाड्या	:	असं असं! म्हंजे गणपतीच्या टायमाला आम्ही बिऱ्हाड बदलायला पायजे म्हणा तर!
एकजण	:	बरं जाऊ आम्ही?
दुसरा	:	बरं, ह्यांच्या अंगावर काय नव्हतं न्हवं?
सोंगाड्या	:	काय असणार?
दुसरा	:	न्हवं काय अंगठीबिंगठी -?
एकजण	:	चेनबिन -?
सोंगाड्या	:	न्हाई न्हाई. ह्यांच्या अंगावर सदा कर्ज असतंय, ते जाईल तवा सुदिन बघा!
दोघे	:	बरं! राम राम.
सोंगाड्या	:	राम राम - (त्याला ढकलतो - तो परत मागे येतो.)
चांदणी	:	हे असं हो का?
सोंगाड्या	:	सांगू...? चांदणीबाई, तू बाजूला हो...म्हंजे ह्यो असा मागं झटक्यानं येणार न्हाई बघ...
चांदणी	:	असं का बरं?
सोंगाड्या	:	कारण उघड हाय...तू ह्याची बायकू हैस! हो बाजूला... (ती बाजूला होते...तो त्याला ढकलतो आणि अवचितराव मागे न फिरता तसाच तिथं लांब जाऊन उभा राहतो-सोंगाड्या हसून) असं ह्याचं इंगीत हाय...
अवचितराव	:	आधी रुपाया दे..न्हाईतर बसणार न्हाई- असा खडा उभा व्हाणार..दिवसरात्र असा खडा न्हाईन...
सोंगाड्या	:	भुईला पाठ न लावणारा घोडा संचारलाय बाई ह्याच्या अंगात.
अवचितराव	:	चांदणे, दुसरं फर्मान-पंचपक्वान करून आताच्या आता वाढ...
सोंगाड्या	:	व्हय, व्हय, निवद करून दावा ह्याला..निवद...
अवचितराव	:	तिसरं फर्मान..चंदनी उदबत्ती लाव...बसायला रंगीत पाट घाल..हात धुवायला पाणी गरम कर..
सोंगाड्या	:	आणि थंड पाण्याचा हंडा ह्याच्या डोस्क्यावर वता न्हाईतर चौघे पाचजण मिळून सकाळी हिरीवरच न्ह्या.
अवचितराव	:	शिसवी पलंगावर कुतनीची गादी घाल आणि फुलांचा एक गजरा हातात बांध.
चांदणी	:	हे असं काही बडबडाय लागल्यात...व्हय धोतरोजी?

सोंगाड्या	: आता मतुर टायार पंकचार झाल्यं बरं का हे. मेंदू औट झालाय. (पुढं होऊन) बसा, अवचितराव, खाली बसा...(तो एक लाथ घालतो तसा सोंगाड्या विव्हळतो..)
सोंगाड्या	: खरंच कवटी सरकली की ह्यांची..
चांदणी	: आता काय करायचं धोतरोजी?
सोंगाड्या	: मला काय इचारतीस? बाला इचार तुझ्या.. ह्यो कसला फास गळ्याला लावला इचारकी त्याला.. माझं पेकाटच बशीवलं ह्यानं!
सैदू	: लेकी, ह्याची सुद्द्च उडालिया...
सोंगाड्या	: बाटलीनं का चिलमीनं?
सैदू	: न्हाई ह्याची कवटीच सराकलिया.
अवचितराव	: दिवसरात्र असा खडा न्हाईन..(वगैरे...)
चांदणी	: धोतरोजी, ह्याला झपाटलं तर नसंल?
सोंगाड्या	: झपाटायला आणि बडवायला काय वल्ली बाळतीन हाय व्हय ही? अहो, ह्याची कवटीच सरकली.. दिसत न्हाई काय?
जास्वंदी	: अहो मंग बोलत काय बसलाय? ह्यावर काय तरी इलाज करायचं बघाकी.
अवचितराव	: दिवसरात्र असा खडा न्हाईन..
सैदू	: धोतरोजी; असं कर...खानापूर तालुक्यात न्हावी नावाचं एक गाव हाय...
सोंगाड्या	: काय नाव गावाचं?
सैदू	: न्हावी न्हावी...
सोंगाड्या	: मग ते खानापूर तालुक्यात नसंल.. लांब इलायतीकडं कुठंतरी असंल.
सैदू	: खानापूर तालुक्यातच हाय.. त्या न्हावी गावाला जा आणि तिथल्या कवटीपरीक्षा वैद्याला घेऊन ये. साऱ्या मुलखात त्याचं नाव गाजतंया. ह्यंच्या अकलेची परीक्षा करून त्योच बरोबर औशाद दील.
सोंगाड्या	: ठीक हाय...आलिया भोगाशी असावे सादर (असं म्हणतो एक्झिट.. सोंगाड्या विंगेत जातो व अवचितराव विठोबासारखा एकाच जागी उभा राहून आपली फर्मानं सोडतच असतो. चांदणी वेडीपिशी होऊन त्याच्या शेजारी जाऊन उभी राहते व त्याला जवळून न्याहाळू लागते. दोघांचं हे रूप व ध्यान बघून म्हातारा सदू उठतो आणि काहीतरी देवाचं नाव घ्यावं म्हणून विठ्ठलाची

आरती म्हणू लागतो - घंटा सापडत नाही म्हणून शेवटी कडेच हाती घेऊन तो आरती म्हणू लागतो -एवढ्यात दुसऱ्या विंगेतून सोंगाड्या प्रवेश करतो व मागे बघून -)

सोंगाड्या : या, या वैद्यराज - (मोठ्यानं) वैद्यराज आले.., वैद्यराज आले...
(तोवर कल्हईवाल्यासारखी आरोळीच येते -)

वैद्य : (आरोळी) कवटीपरीक्षा वैद्य-खुळ्याला औशीद, वेड्याला औशीद, शान्याला औशीद, चक्रमावर औशीद, बरळण्यावर औशीद, वातावर औशीद- कवटीपरीक्षा वैद्य-
(तो थेट जातो व जास्वंदीला धरतो. तसा सोंगाड्या गडबडून)

सोंगाड्या : अहो, ती माझी बायको हाय!

वैद्य : काय हरकत नाही.
(ती सुटण्याचा प्रयत्न करते. तो तिला दोराचा फास टाकून आवळतो व बैलाला पाडतात तसं खाली पाडतो...)

सोंगाड्या : अहो वैद्यराज, माझी ती बायको हाय...

वैद्य : असू द्या.. काही काळजी करू नका.. नुसता वाताचा झटका हाय..हातोडीच्या पाच ठोक्यात कवटी बरोबर बशीवतो..हे बरळणं पहिल्या दणक्यात गप हुतंय बगा...

सोंगाड्या : (हातोडी घेऊन...) अहो, येडा तिकडं उभा हाय, ही शानी हाय...

वैद्य : तुम्ही काय सांगता मला? हितं वाताची केस हाय.. ही आधी दुरुस्त करतो.

सोंगाड्या : मंग आता काय धडगत न्हाई - बायकू मरती आज -

वैद्य : मरणार न्हाई - एक दिवस नुसती बेशुध पडंल-काळजी करू नका, गप तिचं हात धरा-

सोंगाड्या : अहो, ही शानी हाय...

वैद्य : आलं ध्यानात.. शानपना हाबी एक कवटीचा रोगच हाय... आमच्या शास्त्रात त्याला दीडशानं म्हणत्यात.. ह्या रोग्याला हातोडीचं धा घाव घालावं लागत्यात.. दोन दिवस मग बेशुद्ध अवस्था येती.. चार दिवस अन्नपाणी वर्ज होतं आणि म्हैनाभर ड्रेसिंग करावं लागतं... मी हातोडी मारून गेलो म्हंजे गावातलं कोणीबी एम.बी.बी.एस डॉक्टर ड्रेसिंग करून टाकतो...

सोंगाड्या : मेलो, मेलो-जास्वंदे-ए जास्वंदे-अग, आताच बेशुध पडलीस का काय?

(डोळे झाकून सोंगाड्या खाली बसतो - म्हातारा मोठ्यानं आरती सुरू करतो आणि अवचितराव फर्मान सोडू लागतो - चांदणी त्याला बिलगून उभी राहते - ते पाहून वैद्यराज विचारतो)

वैद्य : ही तर एकदम सीरिअस केस दिसती! ह्या घरात किती लागण झाल्यात?

सोंगाड्या : अहो, ही एकच -

अवचितराव : मी रात्रंदिवस असा खडा उभा राहीन!

वैद्य : छे! छे! ह्याला तर एकदम टेबलावरच घ्याला पायजे!

सोंगाड्या : का काहो?

वैद्य : ही ऑपरेशनची केस हाय - ह्याच्या अकलेचा कांदा भाईर काढून चांगला बादलीभर फिनेलच्या पाण्यात धुऊन परत नीट बसवाय पायजे.

सोंगाड्या : नुसत्या हातोडीनं भागणार न्हाई?
(नजर चुकवून दोराच्या फासातून तो आपल्या बायकोची सुटका करतो व ती आत पळून जाते.)

वैद्य : छे! छे! ह्याची कवटी निकळून परत बसवायला पायजे -

चांदणी : मग बघा बघू. ह्यांची तपासणी करा- लई खुळ्यागत कराय लागल्यात बघा.

अवचितराव : मला पंचपक्वान करून वाढ..
(वैद्य फासा टाकून त्याला पाडतो आणि एका लांब सुरळीनं त्याच्या कानात पाहतो - न्याहाळून झाल्यावर गंभीर मुद्रा करतो.)

चांदणी : काहो, काय झालं?

वैद्य : बाई, ह्याच्या अकलंचा कांदा एकदम मोठा हाय - सातपदरी कांदा म्हणत्यात त्यो ह्योच असावा. ह्याचं तीन पदर कापलं तर परत चार माणसांगत नीट वागाय लागंल.

चांदणी : व्हय, चार माणसांगत वागाय पायजे बघा.

वैद्य : मग ऑपरेशन करून चार पदर कापून टाकू?

चांदणी : कापता येतंय न्हवं?

वैद्य : ही काय करवत?

सोंगाड्या : ह्या करवतीनं बाभळीचं झाडसुद्धा कापलं!

वैद्य : चला, टेबल घ्या. आणि एक पहार तापवून आणा - भूल द्याला लागती -
(चमत्कारिक पार्श्वसंगीताचा उठाव व त्या संगीताच्या पार्श्वभूमीवर

वैद्यराज त्याचं ऑपरेशन करू लागतो. ओरडणे वगैरे - हातोडीनं कवटी फोडल्याचा आवाज - करवत चालते - कांदा बाहेर काढतो. त्याचे पदर कापून तो परत कांदा आत बसवतो. -- खिळे ठोकण्याचा आवाज - बँडेज बांधून तो मोकळा होतो.)

सोंगाड्या	:	वैद्यराज, एक सांगा - ह्यो बेशुद्धच पडलाय न्हवं? का मेलाय?
वैद्य	:	एकदोन दिवसांत त्यांची काय हालचाल दिसली तर बेशुद्ध पडलाय असं समजा. न्हाईतर मग केस दगावली असं समजून पुढची तयारी करा.
सोंगाड्या	:	(जास्वंदी चहा घेऊन लांबून नवऱ्याला खुणावते) च्या घेता न्हवं?
वैद्य	:	मोठं ऑपरेशन करून दमणूक झालीया. आता तुमच्या एक कप चहानं काय होणार? चार भाकऱ्या आणि बचकभर चटणीच घेऊन या की-
सोंगाड्या	:	मग बांधून देतो. वाटंत खावा.
वैद्य	:	बरं, मग कमी-जास्त कळवा.
सोंगाड्या	:	ह्यातनं जगला वाचला तर कळीवतो.
चांदणी	:	आता त्येंचा तऱ्हेवाईकपणा जाईल न्हवं? चारचौघागत झालं म्हंजे बरं.
वैद्य	:	कांद्याचे चार पदर कापल्यात आता. जो पुनरजन्म होईल त्यात अगदी साळसूद बनूनच जन्माला येईल!
सोंगाड्या	:	मला वाटतं, ह्यो बहुधा शाळामास्तर-न्हाईतर कारकून म्हणूनच मग जन्म घेणार-ही भाकरी घ्या.
वैद्य	:	बरं, रामराम. येतो आमी - कवटीपरीक्षा वैद्य-कवटी सरकण्यावर औशीद, कवटी बिघडण्यावर औशीद, कवटी सटकण्यावर औशीद, कवटी भडकण्यावर औशीद...

वैद्याने इलाज त्याचा केला, वाकला कंद कापला अवतार नवा त्याचा झाला, एक शाळा मास्तराच्या जन्माला आला

(अवचितरावाचा नवा कायापालट झाला असून त्याच्या व्यक्तित्वात केवढा फरक पडला आहे याची व इतर माहिती -

(वर्ग संपतो आणि धोतरोजी दोन येरझाऱ्या घालून हळी देतो.)

सोंगाड्या	: जास्वंदे, अगं जास्वंदेऽऽ
जास्वंदी	: (घाईनं येऊन) गुरागत किती आरडता?
सोंगाड्या	: आता ह्या घरात आमच्या बोलण्यावर बी कंट्रोल बसलं?
जास्वंदी	: मास्तरांचं सांगणं काय हाय? हळू बोलावं.
सोंगाड्या	: मोठ्यानं बोलल्यावर काय एनर्जी खर्च होती. बत्ती कमी लावा, ईज जळती. स्टो कमी वापरा, त्याल संपतं. चहा कमी प्या, खर्च वाढतो. पोटाला टाचकं खावा, अन्नखर्च वाढतो. धुताना कापडं आपटू नका, कापडं फाटत्यात. नळाखाली धुऊ नका, पाणी खर्च हुतं आणि आत्ता काय म्हणं तर हळू बोला, शक्ती जाते.
जास्वंदी	: अहो शेजाऱ्यांना ताप होतो.
सोंगाड्या	: मग रेडिओचं गळं दाबा की - हे आपरेशन झालं आणि त्येच्या कांद्याचं तीन पदर कापलं त्येचा काय परिणाम झाला रे बाबा ह्यो! चांगल्या तमासगीरांचा असा साळूसूद मास्तर होऊन बसला.
जास्वंदी	: अहो किती शानं झाल्यात ते - काय तरी त्येंचं घ्या -
सोंगाड्या	: त्यो शाना झाला आणि तू मला सांगणारी दीडशानी!
जास्वंदी	: बरं, मला का हाक मारली होती?
सोंगाड्या	: मला पेटी दे जरा पेटी.
जास्वंदी	: अहो, आता घरात पेटी वाजवायची न्हाई आणि गाणं म्हणायचं न्हाई, ठावं न्हाई व्हय तुमाला?
सोंगाड्या	: ते ठावं हाय - अगं बाजाची पेटी न्हवं, मला काड्याची पेटी दे -काड्याची पेटी.
जास्वंदी	: कशाला?
सोंगाड्या	: एक बिडी पेटिवतो, बिडी...
जास्वंदी	: अहो, बिडी ओढायची न्हाई, तंबाखू खायाची न्हाई. ही असली चंगी भंगी लक्षणं मास्तरास्नी आवडत नाहीत.
सोंगाड्या	: ए दीडशाने, पेटी आण आधी पेटी. एक बिडी पेटीवतो.
जास्वंदी	: म्हंजे मला बोलणं खाऊद्या व्हय?
सोंगाड्या	: मग मी लॅट्रीनला आज जाऊ का नको? बिडीबिगार आपलं पोट शॉप न्हाई ऱ्हात...आजारी पडून मरीन मी. पेटी आण आधी... (ती जाते.)
सोंगाड्या	: वैद्यराजानं काय घोटाळा करून ठेवला ह्यो? आमच्या वागण्या बोलण्या-चालण्यावर सगळ्यावर कंट्रोल. हे असलं चारचौघांत होण्यापरास येडाच ऱ्हायला असता तर बरं झालं असतं...

(जास्वंदी चिमणी घेऊन येते.)

जास्वंदी : हं, पेटवा ह्यावर.

सोंगाड्या : तरी बरं! स्टो पेटवायचा काकडा न्हाई घेऊन आलीस?

जास्वंदी : अहो अकारण काडी वाया घालवायची न्हाई. काटकसर हाय ही मास्तरांचं सांगणं...

सोंगाड्या : चांगभलं (झुरके घेऊ लागतो...)
(मास्तर आतनं वास घेत येतो. धोतरोजी बिडी आपल्या मुठीत लपवतो.)

अवचितराव : घरात वास कसला येतोय?

सोंगाड्या : आत देवाफुडं उदबत्ती लावली असंल!

अवचितराव : पण असं अकारण मोठ्यानं का बोलता? घरात नेहमी हळू बोलावं. मी म्हणतोय तो वास उदबत्तीचा नव्हे.

सोंगाड्या : मग धूप जळत असंल..

अवचितराव : तंबाखूचा वास येतोय...कोणी आता एवढ्यात येऊन गेलं काय?

सोंगाड्या : जास्वंदी आलती...

अवचितराव : नाही, बिडी ओढणारं,असं म्हणतो मी...अं तुझ्यामागून धूर कसला निघतोय? (हात मागे असतो.)

सोंगाड्या : माझ्या मागं धूर? अगं आईगं, काय पेटलं काय हो?

अवचितराव : तुझ्याच हातात बिडी दिसते - परवा गांधीजींची शपथ घालून सोडायला लावली होती ना मी? परत सुरू केलीस?

सोंगाड्या : शप्पथ मोडली हे खरं, पर ती काय आता गांधीजीस्नी लागणार हाय व्हय?

अवचितराव : अरे, पण हे व्यसन वाईट.

सोंगाड्या : गांजा-दारू ह्यापरास वाईट हाय व्हय?

अवचितराव : गांजा- दारू तर वाईट आहेच; पण विडी ओढणं हे सुद्धा वाईट व्यसन..अरे, फुफुसाला कॅन्सर होतो ह्यानं -

सोंगाड्या : कशानं तरी मरायचंच न्हवं? मग मरीआईचा तडाका येण्यापरास हे काय वाईट? मरताना कायतरी रोग होऊनच मरणार. त्यात कॅन्सर झाला तर बिगाडलं काय?

अवचितराव : पण मी म्हणतो काय सुख वाटतं या बिडी ओढण्यानं? नुसता धूर आत घ्यायचा आणि मग बाहेर सोडायचा, हेच ना?

सोंगाड्या : मग तुमचं काय म्हन्नं? रोज सकाळ-संध्याकाळ चुलीजवळ बसून काम भागवावं?

एकजण	: नमस्ते मास्तर.
अवचितराव	: या या रामभाऊ.
रामभाऊ	: नाही. मी पेपर मागायला आलतो. जेवल्यावर आम्हांला जरा डोळ्यापुढं धरावा लागतो.. तुमचं झालं ना वाचून?
अवचितराव	: हो, मघाशीच...अजून आला नाही तुमच्याकडं? जास्वंदी, पेपर कुठं आहे?
जास्वंदी	: मी घ्याला चालले होते तर ह्यांनी माझ्या हातातून हिसकावून घेतला...बघते हं...
अवचितराव	: येत्या आठवड्यात तांदूळ मिळणार आहे म्हणे...
रामभाऊ	: हो का! छान...!
जास्वंदी	: ह्यांनी हे बघा पेपरचं काय केलं... (जळका भाग दाखवत)
सोंगाड्या	: मला काय ठावं, मी आपली मिशरी जाळली हो!
अवचितराव	: पण जाळण्यापूर्वी विचार तरी करायचा जरा..पेपर आपण दुसऱ्याचा वाचायला म्हणून मागून आणतो...आणि त्यावर मिश्री जाळली?
रामभाऊ	: जाळायला हरकत नाही पण तो पेपर मीही दुसऱ्याचाच वाचायला म्हणून घेतला होता.
अवचितराव	: या साऱ्या प्रकाराबद्दल मी दिलगीर आहे. आता असं करा हे आठ पैसे घ्या -
रामभाऊ	: कशाला? कशाला?
अवचितराव	: नाही ... व्यवहार म्हणजे व्यवहार (तो पैसे देतो व तो ते घेऊन जाता जाता)
रामभाऊ	: म्हणजे आता पेपर आणायला गावात जायला हवं. म्हणजे बसला एक दहा पैसे खर्च आला. ते तेवढे घ्या म्हणजे व्यवहाराला बरं.
अवचितराव	: असं करा... बसचे दहा पैसे घ्या.
रामभाऊ	: हा सरळ व्यवहार झाला - बराय.
अवचितराव	: बराय (वळून) जास्वंदा, माझी डायरी घे बघू जरा.
जास्वंदी	: ही घ्या
अवचितराव	: आधीच आणून हजर ठेवली होतीस की काय?
जास्वंदी	: त्यांना पैसे दिल्यावर तुम्ही खर्च लिहिणार हे माहीत नाही का पडलं मला?
अवचितराव	: वा, शाबास! व्हेरी गुड!

सोंगाड्या	: तर, चोराची पावलं चोरालाच म्हाईत! आमचं कुटुंब आणि हे दोघंबी चिकाट...
अवचितराव	: बरं मग, आता आमच्या मंडळींना बोलाव बघू.
सोंगाड्या	: तिला कशाला...मी जातो की, मंडळी, म्हंजे भजनी मंडळींना बोलवायचं न्हवं? (जास्वंदी हसू लागते.) अगं, हसतीस काय?
जास्वंदी	: अहो मंडळी म्हणजे घरधनीण...
सोंगाड्या	: मग ह्यात नाव घेऊन हाक मारायला लाज कसली वाटती? मी हाक मारू? चांदणेऽऽ अगं ए चांदणे...
चांदणी	: कारं, असा का जीव सोडाय लागलायस?
अवचितराव	: बरं, आधी माझ्याशी बोल. मीच बोलावलंय..
चांदणी	: तुमाला माझ्याकडं हिशेब घ्याचा असंल? महिन्याला मोजून दीडशे टिकल्या घ्याच्या आणि तीस दिवस तुमच्या हिशेबाची झडती घ्याची.
सोंगाड्या	: आयला! ही बाई बोर्डावर नाचत हुती तवा दौलतजाद्याचा कवा हिशेब केला न्हाई आणि आता पै-पैशाचा सुद्धा हिशेब घ्याची पाळी आलीया!
अवचितराव	: बरंऽ आज भाजी कितीची आणली?
चांदणी	: एक रुपयाची आणली बघा..
अवचितराव	: पण काय काय?
सोंगाड्या	: सांग बाई, कोथिंबीर केवढ्याची, आलं केवढ्याचं, लसूण, कांदा सगळ्यांचा हिशेब दे.
चांदणी	: वट्टात एक रुपयाची भाजी आणली बघा. मला सवड न्हाई बाकीची सगळी फोड करून सांगायला. चुलीवर दूध ठेवलंय ते उतू जाईल.
अवचितराव	: बरं, ते तुझ्या सवडीनं नंतर सांग. रेशनिंगला दिलेल्या पैशाचा हिशेब नाही दिलास?
चांदणी	: रेशनिंग आणलं म्हाताऱ्यानं...त्यालाच इचारा.
अवचितराव	: कुठं आहेत ते?
सोंगाड्या	: ते आताशा आत बसून देवपूजाच करत असत्यात...भाईर याला तयार न्हाईत.
अवचितराव	: का?
सोंगाड्या	: अहो, तुमच्या हिशेबाला कोण तोंड देणार?
अवचितराव	: बोलवा त्यांना...
चांदणी	: लावून देती हं...

(चांदणी जाते व म्हातारा हातात घंटी घेऊनच बाहेर येतो.)

अवचितराव : रेशनिंगचा हिशेब दिला नाही!

सैदू : थांबा आधी. गंध लावतो.

सोंगाड्या : मला नको. माझी अजून अंघुळ व्हायची हाय...

जास्वंदी : किती दिवसांची व्हायलिया इचारा...

अवचितराव : बरं! रेशनिंगचा तेवढा हिशेब सांगा बघू.

सैदू : दोन रुपय एकोणीस पैशाचे तांदूळ, तीन रुपय नऊ पैशांचे गहू, एक रुपया बारा पैशांची तूर डाळ आणि त्रेसष्ट पैशाची खडीसाखर... नीट उतरून घ्या, ह्याची बेरीज करा आणि जी शिल्लक व्हाईल त्या रकमेचं मी पूजेचं साहित्य आणलंय असं समजा.-

सोंगाड्या : दोन रुपय एकोणीस पैसे, तीन रुपय नऊ पैसे एवढं सगळं पाठांतर कवा झालं तुला? व्हय सैदू ?

सैदू : रुपया म्होरं असं नऊ, अठरा, एकोणीस असं पैसं लावलं म्हणजे करेकट हिशेब वाटतोय!

अवचितराव : बरं पूजेचं साहित्य काय काय?

सैदू : पन्नास पैशाचा धूप. एक रुपया एकोणचाळीस पैशांची उदबत्ती, बुक्का बासष्ट पैशाचा.

जास्वंदी : अशा थापा मारता व्हय? ही बघा ह्यांच्या बुक्क्याची पुडी!

सोंगाड्या : माझ्या बायकूनं म्हाताऱ्याला ठार मारला. बुक्का म्हणून दिलेल्या पुडीत गांजा दिसतोयं बाबा.

अवचितराव : हा कसला बुक्का?

सोंगाड्या : कपाळाला लावायचा न्हवंऽऽऽ चिलमीत घालून वडायचा.

सैदू : तर मग सतरादा काय सांगायचं तुमाला? बुक्काच हाय त्यो; गांजा आणला म्हणून कसं सांगू?

सोंगाड्या : टोपान नाव हाय टोपान नाव...

अवचितराव : मंडळी बाहेर या जरा...माझ्या घरात हा काय प्रकार चालू आहे? प्रतिष्ठेला धक्का पोहचतोय याचा विचार करताय तुम्ही?

(ती बाहेर येते. अवचितराव तिचा हात धरतो.)

धरलं मनगट यानं मला ओढलं हो
रागारागानं गाव याचं सोडलं ।।धृ।।

बाहेर पडायची झाली मला चोरी
ह्यानं केली अशी शिरजोरी
जबरदस्तीनं नातं ह्यानं जोडलं हो ।।१।।
माझ्या घराला घालतो चकरा
एका महिन्यात कागदं झाली अकरा
भरल्या बाजारी ह्यानं मला ओढलं हो ।।२।।

सैदू : आणि आमाला केवढा धक्का बसलाय ह्याचा इचार करताय तुमी! ऑपरेशनच्या आधी कशी ढोलकी वाजवत हुता? तुमचा हात धरणार हुता काय कोण? हे ऑपरेशन झालं आणि तुमच्या अंगचं सगळं कर्तृत्व गेलं! काय पाणी ह्यायलंय तुमच्यात? जावाई म्हणायला जीभ उचलत न्हाई आमची. बारी बंद केली. बैठक बंद झाली...आणि आता आमची गांजाबी बंद...कशावर जगायचं आमी... मी निघालोच ह्या घरातनं...झकास दुसरा फड उभा करतो. मग कोण माझ्या व्यसनाच्या आड येतंय बघतो ? मी चाललो.

चांदणी : घर सोडून निघालास?

सैदू : मग हितं काय तमाशा करायला ह्याऊ?

सोंगाड्या : बरोबर हाय... सगळी नातीगोती, पैपावणं गोळा करून ह्यात्यात त्यास्नी तमासगीर म्हंत्यात आणि कसली नाती जाणत नाही आणि नातेवाइकांना घरात थारा देत नाही त्यला मिडलक्लास फॅमिली असं म्हंत्यात. आता तमासगिराचं हे घर ह्यायलं नसून एका सामान्य माणसाचं हे घर झालंय. हितं कुणाला - म्हंजे पैपावण्याला थारा मिळायचा न्हाई

सैदू : (बोचकं बांधून) चार चौघागत शाना दाल्ला तुला पायजे होता. कर त्यच्यासंग संसार.

अवचितराव : तुम्ही जा, पण असं तोंड वाजवत जाऊ नका. अकारण त्यात आमची अप्रतिष्ठा होते.

सैदू : नका शिकवू आमाला...एकुलता एक सासरा तुम्हाला जड झाला. जातो बाई...

चांदणी : (दुःखाने) लगीन झाल्यापसनं बा माझ्या घरात हुता. आज त्याला घर सोडून जायाची पाळी आली.

अवचितराव : स्वतःच्या पायावर उभं राहिल्याशिवाय जगात मिळवायची अक्कल येत नसती.

चांदणी	:	व्हय, आता म्हातारपणी त्यला अक्कल येणार हाय? तुमचंच पदर कापून घोटाळा झाला. नाचायचं सोडून मला शिलाईचं मशीन घेऊन दिलं.
अवचितराव	:	आपल्या घरचे कपडे शिवायला काय बिघडलं? तेवढीच बचत होते. मी तर म्हणतो हिंदीच्या दोन इयत्ता शीक. नाइट हायस्कूलला जाऊन मॅट्रिक हो, एक सहा महिने टाइपरायटिंगचा कोर्स घे. तेवढाच एक अर्निंग हँड वाढेल आणि शे-दीडशे रुपये घरात येतील.
सोंगाड्या	:	आणि ह्याच्या जोडीला एन.सी.सी. ला बी घाला की. आमची जास्वंदा तर बंदूक मारण्यात नंबर काढंल!
अवचितराव	:	अरे, बरीच रात्र झाली. साडेनऊ वाजायला आले.
सोंगाड्या	:	ह्यात बरीच रात्र कसली? ही तर दुसऱ्या बारीची टाईम. (तो जाऊन वळकटी काखेत घेऊन जाऊ लागतो.)
चांदणी	:	आता वळकटी काखेला मारून कुठं निघाला?
अवचितराव	:	जातो निवाऱ्याला खाली फुटपाथवर.
चांदणी	:	वरची गॅलरी सोडून खाली फुटपाथवर का पळायचं?
अवचितराव	:	आता खूप दिवसांची ती सवयच झाली ना?
चांदणी	:	पर चाळ सारी आमाला नावं ठेवती.
सोंगाड्या	:	तुला नावं ठेवत्यात ते ठेवत्यात पर आमालासुदिक ऐकून घ्यावं लागतं -
जास्वंदी	:	तुमाला आणि कोण नावं ठेवतं?
सोंगाड्या	:	अगं, हे असं घराबाहेर झोपल्यात आणि आमी घरात झोपतो ते लोकांच्या डोळ्यांवर येतं.
जास्वंदी	:	मग तुमीबी जरा गुण घ्या.
सोंगाड्या	:	आणि घर सोडून फुटपाथवर जाऊन पडू?
चांदणी	:	(अडवत) आज जायाचं न्हाई
अवचितराव	:	छे! छे! असं का, उद्या शनवार, सकाळची शाळा, लवकर जाऊन गप पडू द्या मला.
चांदणी	:	मग घरात लवकर पडा.
अवचितराव	:	आपल्याला घरात झोप येत न्हाई.
सोंगाड्या	:	व्हय, घरात भयंकर उकाडतंय, नुस्ती जीवाची उलघाल चालू असती बघा.
जास्वंदी	:	मग घ्या ही वळकटी आणि जावा भाईर निवाऱ्याला.

सोंगाड्या	:	अगं, पर मला उकाड्याची सवय हाय.
अवचितराव	:	बरं, सोड मला... पाच मिनिटं ह्यातच गेली. (तो जातो.)
		(चांदणी मुसमसू लागते)
चांदणी	:	धोतरोजी, हे असं कशानं झालं बाबा? आता कसं करायचं?
सोंगाड्या	:	त्याच्यावर ते आपरेशन करून झक मारलिया न्हवं? त्या कवठीपेक्षा वैद्यानं काय कापाकापीत घोटाळा केलाय कळत न्हाई.
चांदणी	:	मग आता ह्यावर विलाज काय?
सोंगाड्या	:	त्या वैद्यालाच इचराय पायजे... त्येच्या कांद्याचं आणि एक आपरेशन करून त्यला नीट कर म्हणायचं.
चांदणी	:	मग आता त्यला जाऊन बोलवून आणाय पायजे.. खर्चाचं काम.. कसं जमायचं?
सोंगाड्या	:	न जमायला काय झालं? अगं, हे लोकनाट्य हाय! कुणालाबी, कवाबी आणता येतंय... लोकनाट्यात राजा न्हाई का वनात फिरता फिरता दासीला हाक मारत? एक टाळी मारून शुकशुक करून बोलिवलं की झालं. कोण हायरं तिकडं? असं इचारायचा अवकाश... हातच्या काकणाला आरसा कशाला? (टाळी मारून शुकशुक करतो व कोण हायरं तिकडं? असे इचारतो... कवटी परीक्षा- वैद्यराज प्रवेश करतात.)

अंक दुसरा

(पडदा वर जातो तेव्हा चांदणी इतर कोणा एकदोन लोकांच्या साथीबरोबर तालमीला बसण्याच्या तयारीत आहे. पायांत चाळ बांधता बांधता)

चांदणी	:	काय ठॉक ठॉक मगापसनं कराय लागलीयास? अजून सूर जुळना व्हय?
तबलजी	:	ही वाद्यंच पेन्शनीत निघाल्यात त्यला आमी काय करावं? कुठं अडगळीत ठेवलिती इतकिंदी?
चांदणी	:	ते घेऊन तुला काय करायचंय? चावडी सारव म्हटल्यावर अंमलदार कोण येणार हाय असं इचरायची खोडच लागलिया तुम्हांला?
पेटीवाला	:	सगळं व्हय पर अजून धोतरोजी कुठं आला न्हाई?
चांदणी	:	त्यो आणि कुठं गायब झालाय? (मोठ्यानं) धोतरोजी, अरे, काय कराय लागलाईस अजून आत?
धोतरोजी	:	आलो आलो.
चांदणी	:	अरं, काय टायम म्हणायचा ह्यो? चल, ये की लौकर... (धोतरोजी एक साडी आडवी लावून प्रवेश करतो. त्याला बघून तबलजी व पेटीवाला तोंडाला हात लावून हसू लागतात.)
धोतरोजी	:	अरं, हसता काय?
तबलजी	:	हे सावारी काय गुंडाळलं.
धोतरोजी	:	आमचं नशीब! काय करायचं बाबानो! बायकू माझ्या इजारी घालाय लागलिया मग मी काय घालू?

तबलजी	:	म्हंजे साटंलोटं केलं व्हय? बायकू तुझ्या इजारी घालाय लागली म्हणून तू बायकूच्या साड्या नेसाय लागलाईस व्हय?
धोतरोजी	:	मग लुंगीगत आडवं लावायला काय बिघडलं? पदर न्हाई काढला म्हंजे झालं.
चांदणी	:	आता बस झालं हे पुराण... काय चवीनं सांगाय लागलाईस?
धोतरोजी	:	सांगण्यासारखं घडलंय मंग सांगायला नको? तुझ्या नादानं हे सगळं असं होऊन बसलं आणि वर आमालाच डाफरतीस व्हय?
चांदणी	:	जवा तवा माझ्या नादानं - माझ्या नादानं म्हणायला मी काय बिघडवलं तुमचं?
धोतरोजी	:	माझी सोन्यागत बायकू बिघडून बसली की...
चांदणी	:	मग काय मी बिघडवली तिला? त्यांच्या जोडीला तिचंबी आपरेशन करा म्हणून तूच हट्ट धरून बसलास? वैद्यराजाला तूच बोलावून आणलंस.
धोतरोजी	:	तू आण म्हटलंस म्हणून मी आणलं... वाटोळं केलंस माझं तू! तिच्या ऐवजी मी बिघडलो असतो तर बरं झालं असतं.
चांदणी	:	अरं, मग त्याला किती उशीर लागतोय? ह्या जगात बिघडण्याइतकं सोपं दुसरं काय हाय?
धोतरोजी	:	अगं ते बायकांच्या बाबतीत झालं. पुरुषांना जरा अवघडच असतं!
चांदणी	:	ह्यात बाई आणि पुरुष असा भेदभाव कसा करतोस? बाईला बिघडणं सोपं आणि पुरुषाला अवघड हाय व्हय?
धोतरोजी	:	त्याचं असं हाय - पुरुष बिघडला तर ते लवकर समजून येत नसतंय. बाईचं मतुर तसं न्हाई. ती बिघडायच्या आधीच लोक तिला बिघडली म्हणू लागतात - अगं, वाऱ्यानं तिच्या डोस्क्यावरचा पदर जरी हललं तरी समाजाची नजर तिकडं चटकन वळती. पर पुरुषाचं - त्याच्या डोस्क्याचा सबंध पटका जरी खाली पडला; तरी कोण ढुंकून बगत नसतं त्यच्याकडं. आजकाल माणसं सगळी कामधंद्याची झाल्या कारणानं येवढी फुरसत नसती कुणाला.
चांदणी	:	बरं, आमालाबी बोलायला येवडी फुरसत न्हाई. आटीप लवकर.
धोतरोजी	:	येवडी का बिघडल्यागत कराय लागलियास?
चांदणी	:	मी बिघडली म्हंतोस?
धोतरोजी	:	अगं , बिघडणं म्हंजे रागावनं, येवडी का रागानं बोलतीस, असं म्हंतो. बिघाडलीस म्हंजे चवचाल झालीस असं म्हणत न्हाई.

चांदणी	:	बरं बरं आता बस तालमीला.
धोतरोजी	:	आज आमचं चित्त लागत न्हाई.
चांदणी	:	चित्त न लागायला आणि काय झालं?
धोतरोजी	:	बायकूचं हे असं झाल्यावर कसं चित्त लागणार आमचं?
चांदणी	:	अरं, तुझ्या बायकूचं तरी तसं झालं, पर खुद्द माझ्या नवऱ्याचं असं होऊन बसलंय न्हवं ? पर आमी लावतो न्हवं चित्त?
धोतरोजी	:	अगं बायकास्नी पैल्यापासनं त्येची सवयच असती, पर आमाला असली सवय हाय कुठं? आमचं आभाळच फाटल्यागत झालंय!
चांदणी	:	आभाळ फाटलं तरी त्याला ठिगाळ जोडण्याची जिद्द दावाय पायजे तरंच त्येचा संसार होतोय.
धोतरोजी	:	म्हंजे जे संसार करत्यात ते ठिगळं जोडणारंच असत्यात म्हणा. मग ह्या परास संसार न केलेलाच काय वाईट?
चांदणी	:	मग आता कुठं संसाराची धन लागाय लागलिया तुझी? असून नसल्यागतच हाय की.
धोतरोजी	:	हेच वाईट हाय... त्यो नसून असल्यागत वाटला असता तर बरं झालं असतं. पर हे झालंय उलटं.
चांदणी	:	म्हणून आता बघू या काय तरी पोटापाण्याच्या उद्योगाचं... चल लागू आपुन तालमीला. अरं आज बारी हाय न्हवं आपली?
धोतरोजी	:	बाकी हे आपलं पानशेतचं धरण फुटल्यावर लोकांचं झालं तसं आपलं झालं बघ. सगळं वाहून गेलं. आता पुन्हा हरीओम बांध पायात चाल.
चांदणी	:	चाळ बांधून तयारच हाय.
धोतरोजी	:	शाबास फाकडे - मग का उशीर? एक, दोन, तीन... (चांदणी नाचू लागते. तो मध्येच)
धोतरोजी	:	अगं थांब...थांब...थांब...
चांदणी	:	का? काय झालं?
धोतरोजी	:	आता काय सांगू तरी?
चांदणी	:	अरं पण येवढं असं काय झालं?
धोतरोजी	:	तू काय बोलणार न्हाईस ? वचन दे.
चांदणी	:	काय झालं सांग की रंऽऽऽ
धोतरोजी	:	मधीच बायकोची आठवण झाली गं...
चांदणी	:	अरं, माझ्या खास्तारा ऽऽऽ अंगावर पिणारं पोर सुदिक अशी आठवण काढणार न्हाई.

धोतरोजी	:	ते पोराचं निराळं...आमचं निराळं...आईचं न्हाई पर म्हशीचं दूध प्यालं की त्येचं पोट भरतंय...काम भागतंय...त्यो कायदा सगळ्याला कसा लावून भागंल? (मटकन बसून) ह्या तुझ्या आपरेशननं लई घोटाळा झाला! कवा सुधारणार ही? काय कळत न्हाई...
चांदणी	:	अरं धोतरोजी, आज आपली बारी हाय थिएटरात.
धोतरोजी	:	व्हय बाई, उठतो. लागतो कामाला.
तबलजी	:	जरा तोंडावर हात फिरवून चूळ भरा म्हंजे हुशारी वाटंल.
धोतरोजी	:	तोंडावर हात फिरवून चूळ भरू? अरं का माझ्या काळजाला अशा डागण्या देता? का आठवण काढता?
तबलजी	:	काय रं बाबा, काय घोडं मारलं मी? काय डागणी दिली रं ह्यात?
धोतरोजी	:	तूच म्हंतोस न्हवं तोंडावर हात फिरवून चूळ भरा. म्हंजे हुशारी वाटंल. अरं, कुणाच्या तोंडावर हात फिरवू म्हंतोस मी?
तबलजी	:	अरं, मी म्हंतो तू सोताच्या तोंडावर हात फिरव थंड पाण्याचा.
धोतरोजी	:	असं व्हय? मी निराळा अर्थ घेतला. स्वत:च्या तोंडावर येवढं कोण हात फिरवतोय? चला लागू कामाला. चांदणी बाई एक, दोन, तीन.
चांदणी	:	थांब रं बाबा थांब.
धोतरोजी	:	का? चाळ निसाटलं काय पायांतलं?
चांदणी	:	न्हाई, आधीच सांगते. आता मगासारखी आठवण काढून मधी थांबू नको.
धोतरोजी	:	हे सांगायला तू मधी थांबलीस व्हय?
चांदणी	:	मग पुन्ना तू मगासारखा थांबलास तर काय करू?
धोतरोजी	:	चला, आता थांबायचं न्हाई. तयार न्हवं? रेडी? एक, दोन, तीन.

(नृत्यागाण्याची तालीम सरू होते.)....

-लावणी-

झुरतात किती मरतात माझ्यावर हो...
तरणी तरणी पोरं
सखे ग बाई लागला जिवाला घोर।।धृ।।
हा जोष ज्वानी बेहोष कुणाचा दोष नसे ग यात
जोडीला जोडी हवी यातच गोडी सारी

हरणीला काळवीट राघूला मैना प्यारी
चितचोर होतो शिरजोर । करणी लई थोर ।।१।।
माझं गाव होतं सातार ।
माझं रूप अस्सं देखणं ।
नखरेल माझं चालणं
मला बघून अस्सं ह्यानं खुणवून
शील ह्यानं घालून - केलं बेजार ।।२।।

(गाणे व नाच होतो. चांदणी पदरानं वारा घेत उभी राहते.)

धोतरोजी : एका नाचगाण्यात दमलीस का काय? अगं, आजकालच्या नाटकात एका अंकातच सा-सा नाचगाणी चालत्यात.

चांदणी : मग त्यापरास सरळ संगीत बाऱ्या का न्हाई लावत?

धोतरोजी : अगं मग समाजातलं चांगलं लोक बघायला याला भुजतील - नाटक म्हटल्यावर कसं जरा भारदस्त वाटतं!

तबलजी : हे बाकी खरं हाय...तमाशाला जातो असं म्हणायला जरा अवघडच की.

धोतरोजी : बरं, असू द्या... सराव न्हाईते तुला दम लागला. सराव कर आधी... चल नाचाय लाग.

चांदणी : येवढा दम वाढवून लागोपाठ सा सा नाच करायला मला काय नाटकात शिरायचं हाय का?

धोतरोजी : अगं पर आता बारी तुझ्या एकटीवरच हाय. दम वाढाय पायजे. चल, आटीप...हं, काल बसवायला घेतल्याला नाच आज पुरा करू. हं, एक, दोन, तीन. -
(ती नाचू लागते. आरंभ होतो आणि बाहेरून पॉप संगीताचा दणका ऐकू येतो. सगळी एकदम बावरतात. कान देऊन ऐकतात आणि मग पेटी, तबला ही वाद्ये घेऊन माणसं उठतात -)

धोतरोजी : ह्यो मोर्चाच आला वाटतं? आटपा रं आता. वाद्य सांभाळा. मोर्चा साधा न्हाई. धडक मोर्चाच!
(बाहेरच्या दरवाजातून चार लोकांचे नुसते पाय आधी दिसतात. आता गडबड उडते. तबलजी जरा पुढं जाऊन बघतो व परत वेगानं मागे येऊन डग्गा वाजवून धोतरोजीला म्हणतो -)

तबलजी : धोतरोजी, अरं तुझ्या बायकूला मधी घेतलंय!

धोतरोजी	:	मंग लेका तुला का वाईट वाटतंय येवढं? गप्प डग्गा सांभाळून उभा ऱ्हा... ह्यो कापसाचा बोळा आधी कानांत घाल...

(जास्वंदी मध्यभागी व दोन बिटनिक दोन्ही बाजूंना व तिसरा मागे असा घोळका नाचत येतो.. बेहोश होऊन नाचू लागतात...)

सोंगाड्या	:	अरं बास बास बास झालं...पाय दमलं असतील!

(नाच संपतो आणि सगळेच दमून जातात. चांदणी पुढं होऊन विचारते)

चांदणी	:	काय हैदोस म्हणायचा घरात ह्यो? स्वत:ची न्हाई निदान जनाची तरी जरा लाज बाळगायची.
अवचितराव	:	हू आर यू?
चांदणी	:	काय रं अर्थ ह्याचा?
धोतरोजी	:	बोटीचं तिकीट काढून दे म्हंजे इंग्लंडला जाऊन इचारून येतो. इंग्रजी बोलतोय!
चांदणी	:	काय नाच, काय गाणं, काय म्हणायचं काय हे?
सोंगाड्या	:	मी सांगू का? जोतीबाची सासान काठी हे लोक झकास नाचवतील!
चांदणी	:	आणि कुठलं कोण हे असं गोळा करून आणाय लागलाय?
सोंगाड्या	:	(एका निळ्या ड्रेसच्या माणसाकडे बघून) ह्यो एक एवडा वळकून येतोय.
बिटनिक १	:	मला कसं ओळखलं?
सोंगाड्या	:	तुझ्या ह्या ड्रेसावरनं... कुठल्यातरी कारखान्यात फिटर काम करत असशील.
बिटनिक १	:	हॅट!
सोंगाड्या	:	मग कोण हैस तू?
अवचितराव	:	थांबा, तुम्हालाओळख करून देतो. हा बिटनिक आहे बिटनिक - बिटनिक-बिटनिक नंबर एक -
चांदणी	:	ही बिटनिक काय भानगड?
सोंगाड्या	:	हे एक तऱ्हेच्या प्राण्याचं नाव असंल.
चांदणी	:	प्राण्याचं का पक्ष्याचं? माणूसच हाय, दिसंना व्हय?
सोंगाड्या	:	आता तुला व्याख्याच सांगू? माणूस असून जे जनावरागत वागत्यात त्या प्राण्यांना बिटनिक म्हंत्यात - आणि मला वाटतं, हे सगळं तेच प्राणी हैत -
अवचितराव	:	बिटनिक नंबर दोन. (नमस्कार करतो)
चांदणी	:	ही बोकडागत दाडी का ह्यानं अशी वाडविलिया?

अवचितराव : कवी हाय ह्यो कवी.

सोंगाड्या : मंग त्येला न्हावी वावडा हाय काय? काय सुचंना झालं म्हंजे दाडी खाजवितोय?

अवचितराव : अरे, धुंदफुंद होऊन ते आपल्या मस्तीत मन मानेल तशी कविता लिहितात. या प्रतिभावानाला दाढीकडं व डोक्याकडं लक्ष घ्याला सवड नाही. (एवढ्यात तो कवितेच्या ओळी मोठ्यानं म्हणू लागतो.)

अवचितराव : ऐक ऐक.

चांदणी : अगं बाई कसला झटका आला ह्येला?

सोंगाड्या : ह्येला वाताचाच झटका आलाय! ह्येच्या काखंत प्लेगाची गाठ उठली असंल तर लगोलग पोचवून याला पायजे.

बिटनिक २ : (कवी) शू⌐⌐⌐ मध्ये कोण बोलतो? कोण बरळतो तो - ? त्याला आवरा त्याला सावरा -

सोंगाड्या : हातरून घालून देऊ का... एक घटकाभर झोप काढा म्हंजे उतरंल. (परत कविता सुरू होते. कविता संपते तेव्हा तो पाणी पितो.)

अवचितराव : कशी हाय कविता?

सोंगाड्या : संगीत दिग्दर्शकाला चाल लावायला दिली तर मरंलच ते! बरं हे तिसरा नंबर कोण?

अवचितराव : बिटनिक नंबर तीन... त्यांना इतिहासाचा छंद आहे...ते स्वत: इसवीसन दहा हजाराच्या शतकात जाऊन मागचा इतिहास लिहायला लागलेत.

इतिहासकार : त्या काळात समाजातील प्रतिष्ठित लोक तमाशा पहायला कचरत पण तमाशाचे चित्रपट धडाक्यानं चालत...आता तुम्ही म्हणाल, चित्रपट म्हणजे काय? तर तो आधी मुका होता आणि मग नंतर त्याला वाचा फुटली, मग या सृष्टीत लेखकाचा जन्म झाला... तुम्ही म्हणाल, लेखक म्हणजे कोण? तर इथे डायरेक्टरच्या कल्पना जो कागदावर उतरवतो आणि नंतर आपला संबंध नाही असं दाखवतो तो लेखक. त्यालाही इन्स्टॉलमेंटनं पैसे मिळत असत. मात्र बहुधा लेखक आणि डायरेक्टर यांचे हाडवैर असे - आता तुम्ही म्हणाल, डायरेक्टर म्हणजे कोण? सिनेसृष्टीत हा अत्यंत महत्त्वाचा प्राणी. तो प्रोड्यूसरला टोपी घालतो - आणि प्रोड्यूसर बरोबर तोही नटीची लाळ

घोटायला पुढे पुढे करीत असतो. आता तुम्ही म्हणाल, नटी ही काय भानगड आहे?

सोंगाड्या : ते सारं जगाला ठावं हाय! बास झालं...

चांदणी : हे असं का बोलतंय रं?

सोंगाड्या : अगं, चालू काळातला इतिहास सांगतंय!

चांदणी : पुराण सांगितल्यागत व्हय?

इतिहासकार : तर त्या काळात-

सोंगाड्या : ए बाबा, का डोस्कं उठिवतोस? आम्ही ह्याच काळात..हाय, ठावं हाय आमाला.

चांदणी : बरं तुमी असं सगळं कसं गोळा झाला बाबानो?

कवी : आम्ही एक नाट्यक्लब काढलाय.

सोंगाड्या : आता काय नाटकं बशीवणार काय मग? नाव काय तुमच्या संस्थेचं?

कवी : टी.एम्.टी.

सोंगाड्या : बेस्ट हाय - कुणाला कळू ने असं नाव दिलंय.

चांदणी : आणि नाटक कोंचं बशीवणार?

सोंगाड्या : थांब थांब थांब - आमच्या बायकूला त्यात हिरॉईन करणार हाय का सांगा आधी.

कवी : कोण कोणतं काम करतं याला आम्ही महत्त्व देत नाही.

सोंगाड्या : अहो, पर माझ्या दृष्टीनं ते महत्त्वाचं हाय!

कवी : ते कसं काय?

सोंगाड्या : तुमच्या नाटकात ती काम करती काय येवढं कळू द्या म्हंजे मग दावतो हिसका!

कवी : तिचा रोल अजून ठरायचा आहे.

सोंगाड्या : नाइट काय देणार?

इतिहासकार : त्या काळात चार लोक एकत्र येऊन नाट्यक्लब काढीत व नटनटी आपल्या कामाचा जो मोबदला घेत त्याला नाईट म्हणत. आता तुम्ही म्हणाल, ही नाईट म्हंजे काय? तर त्यावर प्रकाश टाकण्याचे काम चालू आहे. मंत्र्याप्रमाणेच नाटकांचे पण दौरे काढले जात आणि नाटकापेक्षा दौरेच तुफानी असत. आता तुम्ही म्हणाल, दौरे म्हंजे काय? तर महिन्यामहिन्याचे दौरे आखले जात व तीस दिवसांत चाळीस चाळीस प्रयोगही होत. प्रयोग म्हणजे खेळ, पण हे नाव समर्पक आहे, कारण या अशा

प्रयोगात पैशाचा चुराडा होऊन प्रयोग अनेकदा कॉन्ट्रॅक्टरच्या अंगावर येत व इतरही काही भानगडी निर्माण होत. आता तुम्ही म्हणाल, या भानगडी म्हंजे काय?

सोंगाड्या	:	त्या नका सांगू. त्या सगळ्या आमाला पाठ हैत.
इतिहासकार	:	भानगड आली की तुम्ही आम्हाला बोलू देत नाही ही काय भानगड आहे?
सोंगाड्या	:	ते जाऊ द्या... नाटक कोण बशिवणार हाय हे सांगा.
कवी	:	तूर्त मंडळाचा विचार आहे 'टेबल' करायचा.
सोंगाड्या	:	अहो, नाटकं करणार आहे का सुतारकाम?
कवी	:	टेबल हे नवनाट्य आहे!
सोंगाड्या	:	ही आणि काय भानगड?
इतिहासकार	:	तर त्या काळात.. काही नवीन करण्याची जिद्द आणि इर्षा...
सोंगाड्या	:	अहो, महेरबान..तुमी गप बसायला काय घ्याल?
चांदणी	:	तोंडाला तोबरा दे त्याच्या.
सोंगाड्या	:	अहो हे असलं काय बसवण्यापेक्षा चांगली नाटकं बसवा.
कवी	:	चांगलं नाटक? मराठीत चांगलं नाटक एक तरी आहे का?
सोंगाड्या	:	नसायला काय झालं? गडकऱ्यांनी लिहिलेलं एकच प्याला.
कवी	:	गडकरी-गडकऱ्यांनी फक्त भाषा लिहिली. नाटक नाही.
सोंगाड्या	:	मग आपुन बिन भाषेचं नाटक करणार हाय का?
कवी	:	माझा मुद्दा ध्यानात घ्या... जर मराठी साहित्यावर क्ष किरण टाकला तर असं दिसेल की एकही नाटक अजून मराठीत लिहिलं गेलं नाही... नाटकाची परंपराच नाही.. लक्ष्मीबाई टिळकांचं एक पुस्तक सोडलं तर मराठीत पुस्तकच नाही.
इतिहासकार	:	पण त्या काळात ग्रंथालये म्हणजे लायब्रऱ्या असत... आता तुम्ही म्हणाल लायब्ररी म्हणजे काय? तर याची एक बॉडी असे व निवडणुका होत. पुस्तकाच्या बायंडिंगसारखे प्रश्न नेहमी विचारात घेत. रात्री डोक्याखाली पुस्तक घेऊन पडल्याशिवाय काहींना झोप येत नसे. असे लोक एक पुस्तक महिना महिना उशीखाली ठेवून घेत व अशी पुस्तके वापरण्यासाठी कमी खर्चात ती लायब्रीतून मिळत - कधी कधी ही पुस्तके थेट जुन्या बाजारात पण जात.. आता तुम्ही म्हणाल, जुना बाजार ही काय भानगड आहे?
सोंगाड्या	:	ती आमाला ठावं हाय! बाकीची भानगड काय सांगू नका...

इतिहासकार : तुमी भानगड आली की भिता काय?

सोंगाड्या : अहो, तर मग जगात भ्यायचं भानगडीलाच! तेवडी एक तरी गोष्ट असू द्या की भिण्याजोगी.

इतिहासकार : मग तुम्ही इतिहास कसा वाचणार? भानगडीशिवाय इतिहास नसतोच.

सोंगाड्या : अहो, भानगडीशिवाय बाकी काही इतिहास असतील - भानगडी शिवाय पुरुष नाही तसं हाय व्हय इतिहासाचं?

कवी : इतिहास-गत घटना-घडामोडी आणि परंपरा कशाच्या? राष्ट्रा-राष्ट्रांमधील भांडणाच्या...बंडाच्या.

सोंगाड्या : अहो कवीराज, काय झालं काय तुमाला?

कवी : इतिहास- नको त्या आठवणी -कशाला काढायच्या- चांगल्या धरलेल्या खपल्या जखमेच्या-आठवण इतिहासाची म्हणजे सुद्धा खपली जखमेची-हे मीठ चोळणें बंद करा -

सोंगाड्या : अरंऽऽच्या,अरं, पन कोण चोळाय लागलाय मीठ तुम्हांला?

अवचितराव : छे छे! भंकसच आहे - केवढा छान झटका आला होता आता आमच्या कवींना!

कवी : प्रतिभा, प्रतिभेचे नवे उन्मेष, ती नशा-अहाहा! जरा तरी गंध आहे का याचा या माणसाला? काव्य कशाशी खातात?

सोंगाड्या : भाकरी केली तर भाकरीबरोबर खावावं नाहीतर चपाती केली तर चपातीबरोबर खावावं –

कवी : हा काव्याचा घोर अपमान आहे!

इतिहासकार : त्या काळात लोक कविता करीत. आता तुम्ही म्हणाल, कविता म्हणजे काय? कोणाही संपादकाला विचारले असता काव्याविषयी उदंड माहिती मिळेल.

(येवढ्यात म्हातारा सैदू शेलारमामाच्या वेशात धावतच प्रवेश करतो व लांबूनच लेकीला आरोळी ठोकतो -)

सैदू : चांदणेऽऽ माझ्या पोरी, तार मिळाली आणि धावत अलो बघ - काय घोटाळा झालाय सांग बघू मला. (लेकीला जवळ घेऊन कुरवाळू लागतो.)

इतिहासकार : हा असा मध्येच कोण जंगली आला? भंकस!

सोंगाड्या : एक थोबाडीत हाणील! सासरा हाय सासरा ह्यांचा -

सैदू : तार मिळाली - वगातनंच पळून आलो-मला वाटलं, हिकडं कुणी कचाकलंच! ही कोण माणसं गोळा झाल्यात येवढी?

चांदणी	: त्यापायींच तर तुला तार करून बोलविलं, ह्यो काय गोंधूळ चाललाय बघ.
सैदू	: काय रं बाबांनो, कोण हाय तुमी? कोण लोक म्हणायचं?
कवी	: ग्रेट! आधी हे सांगा, हू आर यू?
सगळे	: हू आर यू?
सैदू	: ए आरं काय खुळ्याचा बाजार मांडलाय ह्यो? अरंऽऽ ही धोत्र्याची बायकूबी ह्यात दिसती आणि ही इजार का अशी घालती?
सोंगाड्या	: आपरेशन झालं आणि त्याचं असं होऊन बसलं -
सैदू	: मध्ये काय तरी ते पेपरात छापून आलतं ते हिच्याबद्दलच व्हय?
सोंगाड्या	: ते आणि काय?
सैदू	: बाईचा पुरुष झाला म्हणून!
सोंगाड्या	: आता मतुर ठार झालो!
सैदू	: आणि तू लुगडं का गुंडाळलाईस कमरंला असं? का तुझी बाई झाली?
सोंगाड्या	: आता मला पोचवाच -
चांदणी	: आधी जावायाकडं बघशील का साऱ्या गावाचीच चौकशी करशील?
सैदू	: पर जावई हाय कुठं हितं?
सोंगाड्या	: त्यो दिसंना व्हय तुला? माझ्या डोळ्यानं बघ नीट.
सैदू	: ह्याला वळीकलंच न्हाई की मी - आणि येवडी दाटकी इजार घालायला कापाड मिळंना व्हय झालं - जावईबापू -
अवचितराव	: लांबून बोला - हू आर यू?
सगळे	: हू आर यू?
सैदू	: काय म्हणायचं ग हे पोरी?
चांदणी	: तूच समजावून सांग आता चार गोष्टी.. कसा संसार करायचा?
सैदू	: हे चांगलं न्हवं जावाई बापू...गळ्यात न्हाई म्हटलं तर लोढणा हाय तुमच्या. संसारी माणसानं असं का वागावं?
अवचितराव	: संसार ...च्यायला भंकसच...एका पुरुषानं एकाच एक स्त्री शी अखंड जीवनयात्रा करायची म्हणजे कोण शिक्षा ही! शी! शी! लग्न एक हिडीस कल्पना!
सैदू	: अरं, बायकू म्हंजे पुरुषाच्या गळ्यातला लोढणा असतो लोढणा आता कुठं पळून जातोस! संसार हाय बाबा ह्यो!
कवी	: नॉन्सेन्स! फूलीश आयडिया... बिटनिकला संसार नसतो.
इतिहासकार	: आणि आईवडील हे नातंही आम्ही मानत नसतो.

सैदू	:	आईबावाचून जन्माला कसं येता मग तुम्ही?
इतिहासकार	:	माणसाचा जन्म हा एक अपघात असतो. एका मोहाच्या क्षणी एक स्त्री व एक पुरुष एकत्र येतात आणि हा अपघात घडतो; यात त्या आईवडिलांचे उपकार काय असतात? मुलांनी त्यांचे जन्मभर ऋण मानावं असं आहे काय त्यात? भंकस -
कवी	:	जन्म... एक अपघात.

-कविता -

(बाहेर हॉर्न वाजतो व पाठोपाठ सोंगाड्या)

सोंगाड्या	:	गाडी कुणाची आली भाईर? रात्रीची बैठक ठरवायला कोणी शेठ आलेला दिसतो - बघतो - (पुढं जाऊन.)
चांदणी	:	कोण हाय रं?
सोंगाड्या	:	शेट न्हाई, कोण तरी शेठाणी दिसती.
चांदणी	:	आणि आपल्या बिऱ्हाडी का?
सोंगाड्या	:	ती ह्येंच्या फडातलीच दिसती. आलीच बघ ती.

(मिसेस चरित्रे अत्याधुनिक पोशाखात प्रवेश करून अत्यंत

अदबीने		खाली वाकून नमस्कार करते.)
चांदणी	:	सिंधी लोकांचं बिऱ्हाड पलीकडच्या चाळीत हाय.
चरित्रे	:	एक्सक्यूज मी.
चांदणी	:	यहां सिंधी लोग नहीं है. हम सब मराठा है. ह्या सिंधी बाईला सांग रं जरा धोतऱ्या.
चरित्रे	:	तुमची काहीतरी गफलत होतेय.
सोंगाड्या	:	आमची काय चुकी होती?
चरित्रे	:	मी सिंधी बाई नाही. मी मराठीच आहे!
चांदणी	:	मी म्हटलं, निर्वासितच हाय जणू कोणी.
चरित्रे	:	मिसेस चांदणीबाई आपणच का?
चांदणी	:	व्हय मीच. काय काम हुतं?
चरित्रे	:	मी आपल्या नवऱ्याला भेटायला...
अवचितराव	:	हॅल्लो...!
चरित्रे	:	हॅल्लो माय डार्लिंग.

(दोघे मिठी मारतात.)

चांदणी	: कोण आवा म्हणायची रं बाबा ही?
सोंगाड्या	: तू आधी डोळं झाकून घे आन् मग बाकीचं इचार.
चांदणी	: ए बाई, कोण, कुठली, काय भानगड हाय ही? लोकांच्या घरात घुसतीस काय आणि काय धिंगाणा घालतीस ह्यो?
सैदू	: लेकी थांब तू. (चाबूक वाजवून) ए अवदसे, कोण हैस तू...तुझं नाव काय?
चरित्रे	: माय गॉड! वॉट अ पर्सनॅलिटी! हाऊ लव्हली!
सैदू	: शिव्या देती काय रं ही? ए हेडंबे, आधी तुझी मचमच बंद कर. तू कोण, कुठली, काय भानगड हाय ही?
चरित्रे	: किती सुरेख कॉस्ट्यूम आहे नाही यांचा! ही विजार, हा फेटा, हा डगला.
सैदू	: अगं कोट हाय ह्यो कोट... डगला घालायला ठेसनवरचा हमाल हाय व्हय मी!
चरित्रे	: आणि ह्या पायांतल्या चपला तरी किती सुरेख आहेत!
सैदू	: चपला न्हाईत. पायताण हाय पायताण!
चरित्रे	: सुप्रसिद्ध कोल्हापुरी त्या ह्याच का?
सैदू	: धनगरी हैत धनगरी. एकेका टायमाला शेर शेर त्याल लागतंय!
चरित्रे	: माय गॉड!
सैदू	: ए ऽऽऽ सरळ बोल. तू कोण हे आधी सांग.
चरित्रे	: एक्स्क्यूज मी! मीच माझा परिचय करून देते. मिसेस् चरित्रे ती मीच. माझा जन्म एका घरंदाज घराण्यात झाला. जाऊ दे ते. आपण जन्माला कुठे येतो, कुणाच्या पोटी येतो यापेक्षा आपण पोचतो कुठे आणि कोणत्या मुक्कामाला जातो याला महत्त्व आहे. तेव्हा मी कोण, कुठची, कोठून आले याला तसे काही महत्त्व नाही. कोणी ते देऊही नये. पण जाणार कुठे आणि करणार काय याला थोडेफार महत्त्व आहे. स्त्री-स्वातंत्र्याच्या चळवळीत मी स्वतःला झोकून दिले आणि परंपरेने आजवर लादलेली गुलामगिरी मोडून काढण्याचा मी प्रयत्न केला. त्यासाठी घरदार सोडले; पण सध्या मी त्याहीपलिकडे जाऊन पोचले आहे. एकूण वैचारिक गुलामगिरीविरुद्धच लढा देणे हे मी माझे आजचे इप्सित मानले आहे. असो, मी उंबऱ्याबाहेर पाऊल का टाकले हा एक तसा फार इंटरेस्टिंग विषय आहे! मोका येईल तेव्हा आपण बोलू किंवा पुढेमागे मी एक ऑटोबायोग्राफी लिहिणारच आहे, ती आपण

जरूर वाचा - यु वुइल फाइंड इट व्हेरी इंटरेस्टिंग. मला वाटते, माझा परिचय आजच्या या घटकेला एवढा पुरेसा आहे.

सैदू : तुमाला दादला बिदला कोण हाय का न्हाई?

चरित्रे : माझ्या लहान वयात म्हणजे माझ्या वयाच्या एकवीस-बावीसाव्या वर्षी माझे एक लग्न झाले होते. माझे पती एक सुविद्य डॉक्टर होते.

सैदू : होते म्हंजे? कवा दगावले ते?

चरित्रे : छे! छे! ते हयातच आहेत.

सैदू : मग होते का म्हंता हो? हैत म्हणा की.

चरित्रे : ती एक हिस्ट्री आहे... त्याचं असं झालं; आमच्या लग्नानंतर दोन वर्षांनी माझे पती उच्च शिक्षणासाठी फॉरेनला गेले आणि मी इकडे दुसरे लग्न केले.

सैदू : भले शाब्बास! हे कुणाबरोबर जुळीवलं!

चरित्रे : मी माझे दुसरे लग्न आमच्या ड्रायव्हरशी केले; पण हा आमचा गांधर्व विवाह होता, म्हणजे प्रत्यक्ष लग्न न करता आम्ही एकत्र राहू लागलो.

सैदू : मग सध्या ड्रायव्हरबरोबरच ऱ्हाता न्हवं?

चरित्रे : छे! छे! फार दिवस आमचं पटलं नाही. तो फारच नादान निघाला. ब्रेडऐवजी भाकरीच खायचा आणि मला स्वयंपाक कर म्हणायचा... माझी किंमत त्याला कधी कळलीच नाही. बट आय लव्हड् हिम् इमेन्सली! ज्योतीवर पतंगानं झडप घालावी ना तशी मी त्याच्यासाठी जीव टाकीत होते. पण त्याला मात्र त्याचे काहीच मोल नव्हते. आणि तो फार मारकुटा होता. खूपदा त्यानं मला लाथाबुक्क्या घातल्या. असो, हे सगळं मी माझ्या आत्मचरित्रात लिहिणार आहेच.

सैदू : मग तिसरं लगीन कुणाबरोबर केलं?

चरित्रे : तो माझा पहिला प्रियकर होता!

सैदू : कीव येते मला त्याची; नका सांगू!

चरित्रे : मलाही कीवच येते...माझ्या सगळ्याच नवऱ्यांची आणि खरं म्हणाल तर आता लग्न या संस्थेवरच माझा विश्वास नाही. इट्स सिली टू मॅरी! जाऊद्या...तुम्ही आपला परिचय नाही करून दिलात?

सैदू : मी तमासगीर आहे. आमचा फड तमाशाचा.

चरित्रे	: तमाशा? छान! मी खूप ऐकलंय त्यासंबंधी. मला एक दिवस घेऊन जाल का? फार हौस आहे मला.
सैदू	: नाचाय येतंय?
चरित्रे	: हो (शीळ घालून) आम्ही तसे सगळेच नाचतो. (सगळे नाचायला लागतात.) नाच कसा वाटला आमचा?
सैदू	: बेस्ट, बेस्ट!
चरित्रे	: मग आता कधी नेणार मला तुमच्या त्या तमाशाला? आणि शक्य झाल्यास मला एखादी कॅरेक्टर घाल का हो तमाशात? म्हणजे त्याचं काय आहे? आम्ही इथं क्लबात नाटके बसवतो पण मला एक छानपैकी नऊवारी बाईची कॅरेक्टर करायचीय. चान्स मिळेलका मला?
सैदू	: माझ्या मस्त एकाला चार बाया तिथं फडात हैत! तुला आणि न्हेऊन काय करू?
चरित्रे	: पण मला गडे तमाशाची फार ओढ आहे. निदान एकदा खेळ बघायला तरी घेऊन चला. खूप अश्लील असतं म्हणे!
सोंगाड्या	: मी सांगू बाई-हितं शार गावात, सार्वजनिक बागेत आणि धनिकांच्या घरात जेवढी अश्लीलता दिसते तेवढी काय ती तमाशात नसते.
चरित्रे	: असं...?
सोंगाड्या	: अहो, तुम्हांला अश्लीलतेला काय तोटा पडलाय हिकडं? जरा रात पडली की गावाभाईरची मैदानं बघा न्हाईतर बागेत जाऊन बसा.
चरित्रे	: नाही, पण तमाशा म्हणजे काही तरी जिवंत असेल, नाही? आयडिया तमासगीरबुवा - आमचा इथं एक क्लब आहे... तुम्ही भेट घाल काआमच्या संस्थेला... असं करू आम्ही तुमचं एक व्याख्यानच ठेवू - चालेल?
सैदू	: अहो, मी फुडारी नाही-तमासगीर आहे...व्याख्यान कसलं देऊ?
चरित्रे	: आपल्या अनुभवाचे चार शब्द सांगायचे म्हणजे झालं व्याख्यान... मी सांगते-तुम्ही छान व्याख्यान घाल...
सैदू	: छे! छे! असला रिकामटेकडा फुकटचा धंदा आम्ही करीत नसतो.
चरित्रे	: नाही नाही... अशी आमची निराशा नका करू..आमच्या क्लबला तुम्ही भेट दिलीच पाहिजे..केव्हा येता बोला - आपण दिवस व वेळ नक्की करू. मग त्याप्रमाणे आमची सेक्रेटरी टॅक्सी घेऊन तुम्हाला न्यायला येईल...

सैदू	: अहो, पर जुलूमच झाला म्हणायचा ह्यो!
चरित्रे	: त्यांचं काय आहे...खूप लोक आमच्या क्लबमधे येऊन गेलेत.पण अजून तमासगीर कधी आलेलाच नाही. कुणाच्या डोक्यातच नाही हे! तुम्ही आलात तर मला त्याचे श्रेय मिळेल. मी तुमचा होकार गृहीतच धरणार...तुमचं व्याख्यान व्हायलाच हवं.
सैदू	: अहो, असं काय माझ्या गळ्यात हे घोंगडं घालू नका. तिथं येऊन काय झक मारणार मी?
चरित्रे	: तिथं येऊन तुम्ही अगदी असंच बोला... किती पॉवरफुल एक्सप्रेशन आहे तुमचं...! अय्या! कसं अगदी छान बोलता हो! तुमचं व्याख्यान विलक्षण रंगेल...आय बेट..ॲमशुअर.
सोंगाड्या	: मग जा बाबा टेक्षीत बसून आणि चांगलं हडसून खडसून बोलून ये. ह्यांचं कान निवाय पायजेत.
चरित्रे	: मोठमोठ्या ऑफिसरांच्या बायका आमच्या या क्लबच्या मेंबर आहेत. एक तमासगीर व्याख्यान देणार आहे हे कळलं ना तर त्यांचे नवरेपण येतील...
सैदू	: पोलीस हपिसरबी येतील काय मग?
चरित्रे	: हो तर!
सैदू	: मग मेलो...प्रोग्रॅम कॅन्सल करा.
चरित्रे	: का पण, असं एवढं घाबरायला काय झालं?
सैदू	: मागं हितं हुतो तवाचं दोन हप्तं चुकविल्यात मी...
इतिहासकार	: त्या काळात पोलीसपण असत... (वगैरे...)
चरित्रे	: प्लीज... मध्ये बोलू नका. (वळून) मग आपलं ठरलं ना? येत्या रविवारी आपण नक्की करू.. या रविवारी आपलं व्याख्यानहोऊ द्या.आणि मग सोमवारी मला तुमच्या तमाशाला घेऊन चला. योग कसा आहे पहा! आधी तुमचं व्याख्यान ऐकल्यामुळं तमाशा पाहताना कसली अडचण पडणार नाही. म्हणजे त्यातल्या खाचाखोचा आता उमजून यायला व्याख्यानाचा उपयोग होईल, नाही?
अवचितराव	: मिसेस चरित्रे, वेळेचं काही भान आहे का तुम्हांला-आज पौर्णिमा आहे-ही रात्र आपण उघड्यावर काढायची ठरली होती.
मिसेस चरित्रे	: हो, त्यासाठी तर मी आले... मग चला तर...आय ॲम रेडी...
इतिहासकार	: बोलण्यात आता वेळ घालवू नका. बाहेरचा भयाण मोकळा वारा घ्यायला आम्ही फार उत्सुक झालो आहोत.

कवी	: आपण कंटिन्यू असं दोन दिवस आणि दोन रात्री बाहेरच रानावनात भटकण्यात काढू या.
चरित्रे	: अगदी जंगली जीवन आपण जगायचं! मी तर आदिवासी स्त्रीचा मेकपच करणार आहे.
इतिहासकार	: मग त्याला मेकप करायचं कारण काय? जंगलात गेल्यावर दोन मिनिटांत आदिवासी होता येईल.
चरित्रे	: मजा येईल नाही? तुम्ही सगळे अगदी भिल्लासारखंच व्हायचं.. भिल्लच बनून जायचं.
इतिहासकार	: का काय तीरकमठासुद्धा माझा तयारच आहे - चला मग,
सोंगाड्या	: ए जास्वंदे, तू कुठं चाललीस त्यांच्याबरोबर?
जास्वंदी	: वारे वा...तुम्ही कोण अडवणारे मला?
सोंगाड्या	: अगं साधा न्हाई, कायद्यानं नवरा हाय मी - इचार करून पाय उचल... हं!
चरित्रे	: क्रूर, रानटी, मी जेव्हा ड्रायव्हरबरोबर संसार करीत होते तेव्हा तोही असाच वागायचा.
सोंगाड्या	: आमच्या दाल्ला-बायकूत मी मधी कुणाला बोलू देणार न्हाई ही लग्नाची बाईल हाय माझी.
इतिहासकार	: त्या काळात लग्नही होत. पुरुष स्त्रीशीच लग्न करे.. लग्नात बेंडबाजा पण वाजवत..लग्न झाल्यानंतर घरी बाज्या वाजे तो निराळा... लग्नानंतर सत्यनारायणही घालीत - तुम्ही म्हणाल सत्यनारायण म्हणजे काय? तर भडजी पूजा करे, वरदक्षिणा घेई वगैरे - परंतु नवराबायकोची भांडणे पुढेही तशीच चालू राहत.. नवरा हा बायकोच्या तक्रारींचा विषयच आहे.
सोंगाड्या	: अरं ए इतिहासकारा, तुझं हे व्हाटगाडगं बास कर! चलगे जास्वंदे, आत जाऊन गप चुलीफुडं बस.
इतिहासकार	: बायका रोज स्वयंपाक करीत व नवरा येण्याची वाट पहात बसत. स्वयंपाक करता करता त्यांचं एक जेवण झालेलं असलं तरी त्या भुकेल्या पोटानं नवऱ्याची वाट पहात बसत.
सोंगाड्या	: जास्वंदे चल गुमान आत...
जास्वंदी	: मी नाही येणार. मी आता स्वैर स्वातंत्र्याची भोक्ती आहे -

(हिसकाहिसकी)

चरित्रे	: अरेरे! हे दृश्य किती केविलवाणे आहे...नवरेशाहीचा धिक्कार असो!
सैदू	: चांदणी, अगं तू आपल्या नवऱ्याला दोन-दोन दिवस कशी बाहेर सोडतीस?
चांदणी	: आता ह्या असल्या मोकाट जनावराला कोण आडविणार ?
सैदू	: मी इचारतो की - जावईबापू...
अवचितराव	: हू आर यू? (सगळे असं म्हणत बाहेर पडतात-)
सोंगाड्या	: चांदणीबाई आता आपण दोन ऑपरेशनं करून चुकी केलीयाच. आता तिसरं एक बघूया करून -
चांदणी	: पहिल्या वेळी तसं झालं, दुसऱ्यांदा हे असं झालं - आता तिसरं ऑपरेशन केल्यावर काय होईल काय सांगता येतंय?
सोंगाड्या	: आता ह्यांचा अकलेचा कांदा समूळच कापायला सांगायचं.
चांदणी	: मग ठार खुळी होऊन बसतील.
सोंगाड्या	: खुळी परवडली, पण ही नको.
सैदू	: व्हय! बाकी खुळं घरात डांबल्यावर गप आपलं बसून तर ऱ्हाईल... पर त्यो वैद्यराज आता लगेच ईल का?
सोंगाड्या	: त्यला काय उशीर लागतोय-पाक त्यंच्या अकलंचा कांदाच काढून टाकायचा, हे नक्की करा. आता बोलीवतो -
चांदणी	: तसंच करू - बोलीव वैद्यराजाला.
सोंगाड्या	: (टाळी वाजवून) कोण हाय रे तिकडं?

(वैद्यराज - त्यांची लगेच आरोळी -)

सैदू	: वैद्यराज लगी कसा हजर झाला?
सोंगाड्या	: ते एकदा मागं सांगून झालंय, परत सांगण्यात काय हशील?
वैद्य	: कवठी परीक्षा वैद्य-कवठी सरकण्यावर अवशीध - (एवढ्यात पडदा पडतो. तो पडणारा पडदा हाताने धरून) अरे, ह्यो काय चमत्कार! आम्ही आलोकी ह्यो पडदा का लगेच खाली येतोय? पब्लिकला जरा आमचं काम दिसलं तर ह्या पडद्याच्या पोटात चावतंय जणू...
	(पडदा)

अंक तिसरा

(सुसज्ज हॉल-फर्निचर वगैरे व्यवस्थित लावलेले-सोंगाड्या (धोत्रोजी) - फडक्याने खुर्च्या-टेबलं स्वच्छ करताना दिसतो- त्याचा वेश घरच्या नोकरासारखा असावा. नेहमी नाटकातील गडी दिसतो तसा असावा (दुटांगी धोतर, गंधटिळा, कानटोपी, कानांत भिकबाळ्या). एवढ्यात त्याची पत्नी जास्वंदी प्रवेश करते.)

जास्वंदी : (थबकून) हे काय, तुम्हाला खुळबीळ लागलं काय?

सोंगाड्या : (एकदा तिच्याकडे आणि एकदा स्वत:कडे पाहून) तसं काय दिसतंय काय माझ्यात?

जास्वंदी : मग हे काय कराय लागलाय?

सोंगाड्या : हातात फडकं हाय. दिसंना व्हय तुला? अगं, खुर्ची-टेबलावरनं जरा फडकं माराय लागलोय.

जास्वंदी : आ! पन मघाशीच घेतलं की पुसून मी -

सोंगाड्या : ए खुळे आता वग नव्हं ह्यो! आता नाटकाला सुरुवात झालीया. आणि कोणच्याबी घरंदाज मराठी माणसाची सुरुवात अशीच होत असते!

जास्वंदी : अस्सं व्हय-तुमच्याकडे कोणची भूमिका आलिया?

सोंगाड्या : मराठी नाटक तू बघितल्यालं दिसत न्हाय. हे बघ, पडदा वर गेला की हातात फडकं घेऊन जे पात्र रंगभूमीवर येतं-आणि कारन नसताना साफसुफीला लागतं त्यालाच रामा गडी असं म्हनत्यात -

जास्वंदी	:	म्हणजे घरगड्याचे काम तुमच्याकडे आलंय म्हणा...
सोंगाड्या	:	आणि साधारण तुझ्या वयाची गावंढाळ बोलणारी जी बाई असती ती या घरची नुसती मोलकरीण नसती...
जास्वंदी	:	तर मग तिचं आनि काय काम असतं?
सोंगाड्या	:	(जरा पोज घेऊन, खाकरून) सांगू? हे बघ, तिने ह्या गड्यावर प्रेम करायचं असतं!
जास्वंदी	:	घरगड्यावर?
सोंगाड्या	:	घरमालकावरबी असतं-पन ते चोरून करायचं असतं.
जास्वंदी	:	(लटक्या रागाने) असं चळल्यागत काय बोलाय लागलाय? (असं म्हणून ती रागाने जाऊ लागते.)
सोंगाड्या	:	ए जास्वंदे, काय करतीस?
जास्वंदी	:	बोलत बसायला तुमच्यागत मोकळी न्हाई मी. मला मस्त माझं उद्योग हायेत.
सोंगाड्या	:	पन येवढ्यातच तुला एक्झिट करता येणार न्हाई.
जास्वंदी	:	म्हणजे- ?
सोंगाड्या	:	रंगभूमीवर काही काम न करता तुला निघून जाता येणार नाही - नाही तर टीकाकारांना वाटेल, हे पात्र आलं का आन् गेलं का, आन् नाटककारानं याला जन्माला घातलं का?
जास्वंदी	:	(आश्चर्याने बघत राहते) खरंच, काय आज बिघडलंय काय?
सोंगाड्या	:	असं इचारण्यात आता येळ दवडू नको. एकदम आपल्या उद्योगाला लागू.
जास्वंदी	:	काय करू मग?
सोंगाड्या	:	माझ्यावर प्रेम!
जास्वंदी	:	असं नाटकी आन् दिखावू प्रेम मला करता येत न्हाई. करायचं तवा रग्गड केलंय.
सोंगाड्या	:	ते आपलं खाजगी झालं पण हे पब्लिकसाठी असंच दाखवायचं असतंय.
जास्वंदी	:	मला हे असलं काही जमायचं न्हाई.
सोंगाड्या	:	अगं त्यात काय अवघड हाय - हे आधीच सांगितलं असतं तर डायरेक्शन देऊन तयार केलं असतं-काही हरकत नाही; आता सांगतो - असं धावत धावत यायचं अन् गळ्यात पडायचं-सदा बोलतीस तसं हिडीसफिडीस करायचं न्हाई - गळ्यातनं मधुर आवाज काढायचा आनि मिठ्ठास वाणीनं म्हणायचं-माझ्या राया,

माझ्या सख्या-माझ्या जिवाच्या जिवलगा -

जास्वंदी : आनि काय करायचं?

सोंगाड्या : मग अशी स्टेडी पोज, पब्लिकला आनि फोटोग्राफरला द्यायची. म्हंजे काय -ये अशी जवळ -

जास्वंदी : चला! कायतरीच.

सोंगाड्या : अगं, त्यात काय, असं खेटून राहायचं ग नुसतं - बाकी काय- कवा तोंडाजवळ त्वांड लावायचं, कवा पाठीला पाठ लावायची, कवा मागनं येऊन गळ्यात पडायचं- कवा पुढनं येऊन...

जास्वंदी : हे आसं दिवानखान्यात -? उघड्यावर?

सोंगाड्या : तर मग काय - स्वैपाकघरात! मग पब्लिकनं काय बघायचं?

जास्वंदी : चला,- माझी तिकडं फोडणी जळंल - (असं म्हणून ती जायला लागते)

सोंगाड्या : अगं तुझी फोडणी जळली तर चालंल पण आता मी दिलेली फोडणी तशीच वाया जाऊ द्यावी काय? तापवलेल्या तव्यावर काहीतरी टाकावं लागतं, तसाच तवा जर खाली उतरला तर पब्लिक हितं उभं राहू देणार न्हाई -

जास्वंदी : मग माझं काय जातंय.

सोंगाड्या : ए गधडे, नाईटच्या बोलीनं आलीयास.

जास्वंदी : मग आता काय करायचं म्हनता?

सोंगाड्या : जे आजवर मराठी नाटकात करत आल्यात त्येच आपण करायचं-

जास्वंदी : माझ्यासारख्या बाईनं तुमच्यासारख्यावर प्रेम करायचं व्हय?

सोंगाड्या : होय. त्यात काय अवघड हाय? आपन दोघांनी आता ड्यूएट म्हणायचं, ड्यूएट! आपलं नाटक अजून येवढं म्होरं गेलेलं न्हाई. न्हाईतर आमची मालकीन होतीच - न्हाईतर आम्ही दोघं मिळून हिथं नाचलो असतो - बॉल डान्स!

जास्वंदी : बरं सुचायला लागलंय की!

सोंगाड्या : अगं ह्ये मला न्हाई मार्डन नाटककाराला सुचतंय ते सांगितलं. असली कॉट्रॅक्ट घेऊ नकोस. तुला लुगड्याऐवजी इजार घालायला लागली असती! जुन्या नाटकातच काम करनं सोपं आहे माझे बाई. माझ्यावर प्रेम करणं सोपं हाय. अगं, लुगडं नेसून तरी ह्ये करावं लागतं - ह्ये उपकार समज.

जास्वंदी : ड्यूएट - म्हणजी मी एक चरण म्हणायचा आन् तुम्ही एक चरण म्हणायचा असं व्हय?

सोंगाड्या	: नुसतं पेटीपुढं येऊन म्हणायचं न्हाई-हावभाव करायचं- छपाछपी, लपालपी करत म्हणायचं - मी टेबलाखाली दडीन-तू भोवताली घिरट्या घाल- तू कोचामागं दड मी मागनं येऊन तुझे डोळे झाकीन - सगळ्या स्टेजचा वापार कराय पाहिजे.
जास्वंदी	: बारकी पोरं इस्टॉप खेळत्यात तसं म्हणा की मंग. दडल्यालं हुडकून काढायचं.
सोंगाड्या	: तेच मोठ्या मानसांनी रंगभूमीवर केलं की त्याला ड्यूएट गान्याची कळा येती. चल, आटीप-आधीच आपलं नाटक तिसऱ्या अंकात सुरू झालंय - आता वेळ दवडू नको. चल-तू शुक्राची चांदणी.
जास्वंदी	: थांबा. आपलं गानं असं रंगात आलं न् कोणीतरी आलं म्हंजे?
सोंगाड्या	: आगं, सतरांदा सांगितलं नव्हं तुला ह्ये नाटक हाय - नाटकातलं प्रेमाचं ड्यूएट संपल्याबिगार कोणचं पात्र एन्ट्री करंल? मग हे नाटक राहील का स्वांग?
जास्वंदी	: बघा हा, न्हाईतर...
सोंगाड्या	: पुन्हा तेच! अगं, आपल्याला आता फुल परवानगी आहे. आपला धिंगाना संपेस्तोवर कोणी इथं येणार नाही - चल -तू राणी न् मी-
जास्वंदी	: मी आता आतमंदी जाऊन सैपाकाचं बघत्ये.
सोंगाड्या	: आता कसं झालं - तुझ्या भूमिकेला पर्पज आलं. लाग तू तुझ्या उद्योगाला, मी लागतो फडकं मारायला. आत इकडं दुसऱ्यांची एन्ट्री व्हायची वेळ आली आहे.

(जास्वंदी जाते - तो फडके मारू लागतो आणि एक खादीधारी माणूस प्रवेश करतो. तो शुक् शुक् करून बोलण्याचा प्रयत्न करतो. सोंगाड्या त्याच्याकडे प्रथम पाहत नाही. नंतर पाहतो पण रिस्पॉन्स देत नाही. सोंगाड्या आपल्याच कामात असल्याचा आविर्भाव करतो तोवर आणखी एक व्हिजिटर येतो-)

दु. व्हिजिटर:	साहेब आहेत काय?

(काही उत्तर मिळत नाही.)

खादीधारी	: हा नोकर काही बोलायलाच तयार नाही.
दु. व्हिजिटर:	शाला तो बहिरा तर न्हाई? आशा नशेल, मोठ्या घरचा नोकर

म्हणजे देवळातल्या नंदीगत असतो. त्येला ऐकू येते का नाय आता परीक्षा करते.

(खिशातून रुपाया काढून टेबलावर वाजवतो. सोगाड्या पटकन् आवाजाकडे पाहतो.

दु. व्हिजिटर : ह्ये बहिरापन मतलबाच्या आहे. मी आता बोलता करतो त्याला - (खिशातून पाचाची नोट काढतो.)

प. व्हिजिटर : सगळीकडे ह्ये असंच चाललंय - पैसा खाऊ घातल्याशिवाय काही कामंच होत न्हाईत.

दू. व्हिजिटर : अरे भाई, काम करायचं तर दाम घ्यायलाच पायजे ना? ये बेपारीनीती हाय बाबा - कामाचा दामाशी नि दामाचा कामाशी घनिष्ठ संबंध आहे. (पाचाची नोट सोंगाड्याला देतो.)

सोंगाड्या : बसा-बसा-बसा ना साहेब. (खुर्ची स्वच्छ करून देतो.)

(पहिलाही नोट काढून देतो.)

सोंगाड्या : आता तुम्हीही बसा साहेब.

एकजण : साहेब आहेत ना?

सोंगाड्या : साहेब नाहीत, पण येतील आता एवढ्यात.

एकजण : बाहेर गेलेत?

सोंगाड्या : अहो, घरात न्हाईत म्हणजे दौऱ्यावर गेलेत. (इतक्यात फोन येतो. सोंगाड्या फोन घेऊन) हॅलो हां-हां, मी रामागडी बोलतो - भेट होणार नाही-का-म्हणजे काय-दौऱ्यावर आहेत. होय-होय-पंधरा दिवसांचा दौरा हाय. मग असं करा - दुपारच्या टायमाला मी बाहेर असतो - तिथं मला भेटा - करू की तुमचं काम - भेटा म्हणजे सांगतो. भेटा हो - (फोन बंद करतो.)

सोंगाड्या : हे-काय शेटजी-कुठं गावाला गेला होता वाटतं? परवा दहा किलो दिल्लीराईस आनला तर तुमच्या पोरानं चक्क पैसे मागितले-! जवा दम दिला आन् मी कुनाचा कोन हाये म्हणून सांगितलं- तवा गप बसला. जरा त्याला शानपना शिकवा.

शेठजी : आरं, तुला वळकलं नसल -वळकलं नसल

सोंगाड्या : आता जरा वळक ठेवा, नाही तर आमी बी वळक इसरू की -

शेठजी : असं कसं -असं कसं- तुम्ही लोक खुश तर आमचं पोट भरायचं.

आन् पोट भरायचं तर तुम्हा लोकांना खुश केलंच पाहिजे. आम्ही दहा किलो तांदूळ देऊन दहा खंडीचं परमिट घेतोच की.

सोंगाड्या : (दुसऱ्यास) आपण परगावचं दिसता?

व्हिजिटर : आं-हो. मी सरपंच आहे दडपेगावचा.

सोंगाड्या : ऊस-बीस हाय का? येताना गुळाचा रवाबिवा आणायचा न्हाई का? इथं शिळा गूळ मिळतोय हो.

(इतक्यात बाहेर हॉर्न वाजतो.)

जास्वंदी : (आतून बाहेर येत) येते-साहेब आले-साहेब आले.

सोंगाड्या : साहेब आले-साहेब आले. उभा ऱ्हावा, उभा ऱ्हावा.

शेठजी : साला आज फॉर्च्यून जोरात आहे. जास्त वेळ ताटकाळायला लागला न्हाई.

सोंगाड्या : (बाहेरच्या दारापर्यंत जाऊन परत-) आले बरं का - साहेब आले.

(अवचितरावांची एन्ट्री. एकजण हारांचे ओझे घेऊन. दुसरे दोघे चमचे - वाहवा वाहवा! काय छान भाषण झालं, म्हणत एन्ट्री करतात. सेक्रेटरी - पाठोपाठ येतो - आत आल्यावर पुढारीछाप नमस्कार करतो -)

अवचितराव : बसा ना, बसा-फार उशीर नाही ना झाला मला? त्याचं काय आहे, एकदा दौऱ्यावर बाहेर पडलं की वेळेचं न् काळाचं काही भानच रहात नाही. रात्री दहाला आम्ही त्या-त्या गावी जाणार होतो, पन दीडला पोचलो. पण मंडळी सगळी वाट बघत बसलेली. पुष्कळदा त्यांचं हे ताटकळणं पाहवत नाही आम्हाला, पण करायचं काय? आताच पाहा, गावात आल्या आल्या सहज म्हणून कार्यालयात डोकावलं - तर तिथं कलेक्टरांचा फोन, तारांचा ढीग - दोन तास मोडले. पण आजकाल कलेक्टरसुद्धा बारीक-सारीक लहान-सहान गोष्टीत सारखा सल्ला विचारतात. स्वतःच्या बुद्धीनं निर्णय घेणं जमत नाही हो! आणि लोकांना मात्र वाटतं, पुढारी काय करतो, नुसती व्याख्यानंच देत असतो! आम्ही पडद्यामागे काय काय करत असतो हे कुठं कळतं त्यांना? बिहाइंड दि कर्टन हजार भानगडी चालू असतात. हं, काय

शेठजी- व्यापार कसा काय आहे? आणि काय सरपंच, कसं काय काम चाललंय गावात? सोसायटी ताब्यात घेतली ना? आणि आपला तो हा...कोण बरं कार्यकर्ता तो-तो कसला काय अफरातफरीच्या भानगडीत सापडला?

सरपंच : (तोंड वाईट करून) साहेब तो - तुम्ही म्हणता तो गायकवाड. तो हातभट्टीत सापडला. अफरातफरीत ती माझ्यावर नाही का केस झाली?

सोंगाड्या : (प्रेक्षकांकडे) काहीकाहींची मरणं अशी नेमल्याली असत्यात! हत्तीचं मरान गंडस्थळात.. हिरण्यकश्यपूचं मरान नृसिंहाच्या हाती तसं - आजकाल सरपंचाचं मरान अफरातफरीत ठरलेलंच - कवाबी पेपर उघडून बघा - सरपंच म्हटला की अफरातफर आणि सोसायटीची भानगड आलीच!

अवचितराव : (सेक्रेटरीला) आपली तीन दिवसांची पत्रं एकदा पाहून ठेवा. महत्त्वाचं काम असेल ते मला सांगा. आणि चला आता, लागा कामाला.

चमचा नं. १ : साहेबांचं काय व्याख्यान झालं! ब्रह्मानंदी टाळी लागल्यागत बोलत होते आणि ऐकणारे नुसते डोलत होते.

चमचा नं. २ : काय मध्ये टाळ्या-नुसता कडकडाट - आपण अशा टाळ्या कधी कुणाच्या ऐकल्या नाहीत.- नाही म्हणायला नेहरू आले होते तेव्हा त्यांच्या भाषणाला ऐकल्या होत्या.

चमचा नं. ३ : आणि मी सांगू का, नेहरू असते आणि त्यांनी जर यांचं हे भाषण ऐकलं असतं तर स्वत: म्हटलं असतं, आप तो बडे होशियार हो!

चमचा नं. १ : नेहरूंनी यांना इथं ठेवलंच नसतं.

चमचा नं. २ : बरोबर माणसं हेरायची आनी उचलायची त्यांना कलाच होती. बरोबर माणूस उचलून दिल्लीला न्यायचे -

चमचा नं. ३ : तर मग, आवो, समद्या देशातली मानसं घेतली त्यांनी वेचून वेचून आणि नेऊन दिल्लीला ठेवली.

चमचा नं. १ : आनि आसं का एकदा जवळ केलं की त्यांचं प्रेम थोर! त्याला कधी अंतर नाही घ्यायचे. दैवदुर्विलासानं कुणी राजीनामा देऊन निघालंच तरी त्यांचं अंत:करण तिळ तिळ तुटायचं. असं जो आपल्या अनुयायांना पाठीशी घालतो तोच खरा नेता!

शेठजी : साहेब आज कोणत्या विषयावर बोलले?

चमचा नं. २ : अहो, भारतीय संस्कृती हाच विषय सध्या त्यांचा सगळीकडे सुरु आहे. मग त्यांच्यात फॅमिली प्लॅनिंग येतं-राजकारण येतं समाजकारण येतं-अवमूल्यन येतं-पोल्ट्री फार्म येतं - सीडफार्म येतं, बँडिंग येतं- जमिनीला लागणारी खतं येतात - मराठीतलं ललित साहित्य पण त्यात येतं.

चमचा नं. १ : आपला देशच नाही का अठरा धान्यांच्या कडबोळ्यासारखा, तेव्हा हे सगळे विषय असेच गुंडाळावे लागतात. -

चमचा नं. २ : ही तर साहेबांची बेमालूम हातोटी.

सोंगाड्या : हे ज्याला समजतंय तोच पुढारी होतो -

अवचितराव : त्याचं काय आहे - लोकांच्या पुढं जायचं म्हणजे हे सारं करावं लागतं.

शेठजी : मला आश्चर्य असं वाटतं की, हे सारे दौरे कधी करता आन् भाषणं कधी करता - काय अचाट बुद्धी -

अवचितराव : अहो, दौऱ्यातच भाषणं करायची - भाषणातच दौरे काढायचे- (चमच्यांना) बरं, तुम्ही लागा उद्योगाला - त्या कार्यकर्त्यांचे शिबिर भरवायचंय, ते कुठवर आलंय बघा. (दुसऱ्याकडे वळून) तुम्ही काय करणार?

चमचा नं. २ : मी मोटार घेऊन जातो पेट्रोल भरायला. ताऱ्या आपल्या धनमलकडे जातो आणि साहेबांचा दौरा आहे म्हणून सांगतो. टाकी फुल करील.

चमचा नं. २ : का पंपावर जाऊन पेट्रोल टाकून पावतीच त्याच्याकडे देऊ?

अवचितराव : चालेल, चालेल, तसं कर, (तिसऱ्या चमच्याला उद्देशून-) तुम्ही जरा घरच्या सप्लाय खात्याकडे बघा - मंडईबिंडई-बाजार वगैरे -

(चमचे जातात.)

सेक्रेटरी : (मध्येच) ते परवा आपण धरणाचं टेंडर पास केलं त्याबद्दल त्यांनी हा पाच हजारांचा चेक पाठवलाय.

अवचितराव : शू ऽ ऽ हे सगळं मला नंतर सांगायचं - चोरून पोळी दिली तर ओरडून गुळवणी मागायची काय?

सेक्रेटरी : आय ॲम सॉरी -

अवचितराव : हं काय शेठजी, काय खबरबात?

शेठजी	: त्ये आमचं बांधकामाची अडचण आलीय. तुम्ही एक फोन मारला तर बरं होईल.
अवचितराव	: बरं मग - मी फोन करतो. आणि निवडणूक फंडाचा आकडा नाही आला अजून? तुमचं नाव माझ्या लिस्टात आहे हां.
शेठजी	: ते मी देते की, नाही म्हणजे काय - हिशेब चालू आहे.इन्कमटॅक्सचा अंदाज घेऊन देते की, बरं, मग येऊ साहेब? (जातो.)
अवचितराव	: ठीक ठीक! हं, काय सरपंच -
सरपंच	: साहेब, आपल्या दौऱ्याची तारीख नक्की झाली ना - म्हणजे आम्ही ते घट्ट धरून चालावं ना?
अवचितराव	: (सेक्रेटरीला) यांना कोणती तारीख आपण दिली होती?
सरपंच	: दोन ऑक्टोबर गांधी जयंतीला आपण येणार होता.
सेक्रेटरी	: दोन ऑक्टोबरला साहेबांना फार डिमांड आहे. त्यादिवशी त्यांना खेड्याकडे येणं कसं शक्य होईल?
सरपंच	: पण आम्ही गांधीजयंतीचा कार्यक्रम जाहीर करून बसलो.
अवचितराव	: जयंती जरा पुढं ढकला की. २ ऑक्टोबरच्या ऐवजी ४ ऑक्टोबरला झाली तर काय हरकत हाय? सोयीनं करू की आपल्या
सरपंच	: मग दोन ऑक्टोबरला आम्ही काय करायचं?
सेक्रेटरी	: तुम्ही त्या दिवशी सूतकताईला बसा. दोन ते चार ऑक्टोबरपर्यंत सूतकताईचा अखंड यज्ञच चालू ठेवा. समारोपाला साहेब येतीलच.
सरपंच	: म्हणजे आलंच पाहिजे बरं का - या टायमाला आम्ही हे जंगी करणार आहे. म्हंजी काय आहे शे-दीडशे गाड्यांतनं मिरवणूक काढणार! बंदोबस्ताला आल्याला पोलिस लोकांना वाटलं पायजे की माझं वजन हाये - साहेब आलं की ते जोरकस होईल. या पोलिसांनी मला अफरातफरीत गुंतवलंय हो!
अवचितराव	: ते बघू - एकदा डायरीत नमूद केल्यावर आम्ही येणारच.
सेक्रेटरी	: रस्ता ठीक आहे ना पण?
सरपंच	: अहो सतरा मैल तर मोटारनी याव लागंल - ॲप्रोच रोड फक्त तीन मैलांचा आहे. तेवढाच गचकं देणार हो जरा.
अवचितराव	: म्हणजे खाचखळगे आहेत.
सेक्रेटरी	: मग साहेबांची गाडी कशी येणार?
सरपंच	: अहो, डॉक्टर लोक गाडी घेऊन येत्यातच की हमेशा!
सेक्रेटरी	: हे डॉक्टर नाहीत - पुढारी आहेत. आणि यांची इंपाला गाडी आहे पन्नास हजारांची, तुमची एक गांधीजयंती होईल पण ह्यांची

पन्नास हजाराची गाडी बाद होईल. साहेब हो म्हटले तरी मी नाही परवानगी देणार.

सरपंच : मग आम्ही असं करतो. ग्रामपंचायतीचं आमचं जे रस्तेदुरुस्तीचं बजेट हाय ते सगळं ह्या एका रस्त्यावर खर्ची घालतो आन् रस्ता पक्का करून घेतो खडीचा. अंतराळी आल्यागत मोटार आली पायजे. पोटातलं पाणी हलता कामा नये.

सेक्रेटरी : पण तुमचं बजेट आहे किती? ते कमी पडलं तर?

सरपंच : तसं इकडचं तिकडं करू की-शाळा बांधायची रक्कम त्यात घालू. नाही तर आरोग्य खात्याचं घालू आणि तरीबी कमी पडलं तर देवस्थानाच्या बजेटात भानगड करू-शिवाय दिवाबत्तीचं आहेच की - कुठं आम्ही दिवं लावतोय तिथं?

सेक्रेटरी : मग आम्ही चार तारखेला येऊ.

सरपंच : म्हणजे आम्ही तशी आखणी करतो, कामाला लागतो. तुम्ही येणार म्हटलं की भागातले सगळे पुढारी येणारच की. नुसत्या एका कोल्हापूरनंच पन्नास गाड्या सुटतील बघा. जंगी बेत करू-पाचशेचा मेळावा होणारच की - तशी आम्हाला ती आतापास्नच स्टेनलेसची ताटं, वाट्या, तांब्या यांची आर्डर द्यायला लागणार. बघा कसा कार्यक्रम गाजवतो -

अवचितराव : बरं मग लागा कामाला. आम्ही येतो.

सरपंच : (सेक्रेटरीस) बाई, तुम्ही बी यायचं बरं का.

अवचितराव : त्यांना इथं ठेवून मी कसा येऊ-त्यांच्याशिवाय कार्यक्रम कसा रंगणार? या तर आमच्या स्फूर्तिदेवता!

सरपंच : बरं मग रातचा मुक्काम होणार नव्हं ?

अवचितराव : का, काही विशेष?

सरपंच : तसं नव्हे - मग सांस्कृतिक कार्येक्रम ठेवू की - एखादा तमाशा-बिमाशा.

अवचितराव : तसा काही खास कार्यक्रम असला तर बघू. आहे का काही खास?

सरपंच : मग ते माझ्याकडं लागलं. अस्सा फड आणतो - रातसारी तुमचा डोळा लागाय नाही पाहिजे -!

अवचितराव : पण याचा गाजावाजा होऊ देऊ नका हं. आणि फड-तमाशा असे शब्द वापरू नका. कलापथक म्हणा, सांस्कृतिक कार्यक्रम म्हणा - पण तरीही त्याचा गाजावाजा करू नका- हा आपला खाजगी

बैठकीचाच होऊ द्या-

सरपंच : आता मी माझी आखणी सांगतो. तुम्ही येशीत आला की शिंग वाजणार-मग ढोल, हलगी, लेजीम असा सगळा लवाजमा ठेवणार. एकशे एक गाड्यांतून मिरवणूक काढणार - स्वागतपर गीत होईल- प्रास्ताविक मी करणार- मग गांधीजयंतीवरचं तुमचं भाषण ते बारापोत्तर चालल न्हवं? दुपारी जेवण- नंतर विश्रांती की लगेच कार्यकर्त्यांचा मेळावा-आपलं मार्गदर्शपर भाषण - रात्री जेवण की पुन्हा तमाशा.

अवचितराव : पुन्हा तमाशा म्हणालात - सांस्कृतिक कार्यक्रम असं म्हणा.

सरपंच : हां हां सांस्कृतिक कार्येक्रम, ते आता पाठ करतो. (जातो.)

अवचितराव : हं! आता सांग, कुठले कुठले चेक आले?

सेक्रेटरी : हा एक पाच हजारांचा आला आहे. तो धरणाचं टेंडर पास केलं त्या कवडीमल कॉन्ट्रॅक्टरचा.

अवचितराव : बरं पुढं-

सेक्रेटरी : बरं काय - हे लोक चावट आहेत. मी स्वत: यांना पुन्हा बजावलं होतं की चेक, ड्राफ्ट असे काही पाठवायचे नाहीत, रोख पैसे आणून द्यायचे. मी हा चेक परत करते.

अवचितराव : बरंय! तो परतच करा, पण त्यांनं पैसे नाही दिले तर?

सेक्रेटरी : अजून त्याच्या नाड्या आपल्या हाती आहेत...देत नाही कसा? तुम्ही त्या दुसऱ्या कामावर सही नाही करायची हं तोवर. तिथं नाक दाबू म्हणजे बरोबर तोंड उघडेल.

अवचितराव : आलं ध्यानात. पुढं?

सेक्रेटरी : आपल्या विलासपूरच्या सिनेमाथिएटरचा आठवड्याचा चेक आलाय.

अवचितराव : बरं पुढे.

सेक्रेटरी : मग काही निमंत्रणे आहेत - व्याख्यानांची. मी यादी वाचून दाखवते. हरळगाव पोल्ट्रीफार्मचा वाढदिवस, शस्रक्रिया शिबिराचे उद्घाटन, शिक्षकांचा मेळावा, हिंदुस्थान केशकर्तनालय, मीनाकुमारी मटन शॉप आणि दोन ऑक्टोबरला गांधीजयंतीची ५० निमंत्रणे, पैकी गावातली १५ आहेत. त्यांतली गावातली स्वीकारा आणि बाहेरची नाकारा - आणि एक दारूबंदी सप्ताहाचे उद्घाटन आहे.

अवचितराव : ते नाही जमायचं - दुसऱ्या कुणालातरी बोलवा म्हणावं.

सेक्रेटरी : आणि हे दिल्लीहून एक पत्र आलंय. अमेरिकेचे तीन लोक शेतीची पाहणी करायला आपल्याकडे आलेले आहेत आणि

	त्यांना आपली शेतीसुधारणा वगैरे दाखवायची आहे. आपण कार्यक्रम कसा आखावा?
अवचितराव	: सगळे परदेशचे लोक आल्यावर जसा आखतो तसाच आखायचा. आपली यंत्रणा बसून गेलेली आहे.
सेक्रेटरी	: पण हे शिष्टमंडळ शेतीची पाहणी करायला आलेलं आहे.

अवचितराव : दुष्काळात काय शेती दावायची! बागायती जमिनीत आपण जे मनी-क्रॉप घेतो ते दावू! हा ऊस बघा म्हणावं; द्राक्षे बघा; हळद बघा. आणि हे तरी कशाला दाखवायचं? आपल्याकडे हे पीक येतच म्हटल्यावर धान्य यायचं बंद होईल.अरं हो, आपण असं करू की, सगळ्या परदेशच्या लोकांना आपण जसा एक सांस्कृतिक कार्यक्रम दाखवतो तसा एक सांस्कृतिक कार्यक्रम दाखवू की.

सेक्रेटरी : म्हणजे लावणी-नृत्याचा -

अवचितराव : हां पण आता बाहेरचा फड सांगायचा नाही - आमची बायको नाही तरी सारखी कटकट करते की आम्हाला कुठे नेत नाही; घरी बसवता. या वेळी तिलाच चान्स देऊ.

सेक्रेटरी : पण हे बरं दिसेल का?

अवचितराव : न दिसायला काय झालं? मोठ्या पाहुण्यांच्या पुढे मोठ्यांच्याच बायका नाचत असतात...ह्यालाच मोठेपणा म्हणायचा असतो.

सेक्रेटरी : आपलंच घोडं दामटल्यासारखं होईल.

अवचितराव : आपलं घोडं आहे म्हणूनच दामटायचं. शिवाय असं आहे आमचे सासरे, पैपाहुणे हे सारे बसून खातात. तर अनुदानाच्या रूपाने त्यांना चार पैसे देता येतील (हाक मारतो) बरंका, अहो, चांदणीबाई, या इकडे.

(चांदणी येते)

चांदणी : काय-आम्ही आल्यानी तुमच्या कामात व्यत्यय नाही ना येत?

अवचितराव : कामासाठीच बोलावलंय. अमेरिकेचं शिष्टमंडळ येणार आहे त्यांच्यापुढं नाचायचं.

चांदणी : बोर्डावर उभा राहून किती दीस झालं?

अवचितराव : माशाला पोहायला शिकवायला लागत नसतं. तुम्ही चाळ बांधा-तालमीला सुरुवात करा- लावणीनृत्याचा झकास कार्यक्रम झाला पाहिजे.

(सोंगाड्या चिठ्ठी आणतो)

अवचितराव : येऊ घ्या त्यांना आत.

(सोंगाड्या बाहेरच्या माणसाला आणतो. बायको आत जाते. बाहेरचा माणूस येतो -)

माणूस : नमस्कार!
अवचितराव : नमस्कार. कोण आपण? नाव काय आपलं? कुठून आलात?
माणूस : मला आपण ओळखलं नाही वाटतं?
अवचितराव : पाहिल्यासारखं वाटतं खरं.
माणूस : मी आपल्या नात्याचाच आहे. म्हणजे-तुमच्या साडूचा आतेभाऊ बघा मी.
अवचितराव : बरं मग का आला होता?
माणूस : काही नाही. आपण आता मोठ्या पदावर आहे. आम्हाला कुठं तरी चिकटवून घ्या-दीड-दोनशेची व्यवस्था करा.
अवचितराव : सध्या काय करता?
माणूस : काही नाही. बेकारच आहे.
अवचितराव : शिक्षण काय झालंय? बी.ए., मॅट्रीक काही झालंय का?
माणूस : शिक्षण झालं असतं तर मग तुमच्याकडं कशाला आलो असतो? मग वशिला म्हणायचा कशाला?
अवचितराव : मग नोकरी द्यायची कशी? किमान मॅट्रीक तरी पाहिजे.
माणूस : मुलकी नाही न् मॅट्रिक कुठलं?
अवचितराव : मग काय करणार?
माणूस : मग असं तरी निदान करा - ससूनला ॲडमिट करा म्हणून चिठ्ठी देता?
अवचितराव : तू काय आजारी आहेस?
माणूस : आजारी काय न्हाई. तुमची चिठ्ठी दिली तर मला ॲडमिट करतील, म्हणजे आपली जेवणाखाण्याची, पडायची सोय झाली.
अवचितराव : असे किती दिवस तुझे जाणार?
माणूस : किती दिवस म्हणायला काय झालं? आवं एका सरकारी हॉस्पिटलात माझ्या ओळखीचे लोक आहेत. चौदा-चौदा वर्षं ते तिथं दोन वेळ खाऊन मस्त पडून आहेत.
अवचितराव : मग त्यापेक्षा असं...असं पडून निष्क्रिय जीवन जगण्यापेक्षा तू

आमच्या पक्षाचे काम का करीत नाहीस - तुला फुलटाईमच करू
की!

माणूस : तिथं काम काय करायचं?

अवचितराव : काम नाही, आमच्यासारख्यांच्या बरोबर दौऱ्यावर जायचं-भेटीगाठी
- हेच आपलं, संघटना बांधत ऱ्हायची.

माणूस : चालेल, त्यात घ्या.

अवचितराव : पण एक करायचं, माझ्याशी एकनिष्ठ राहायचं हं -

माणूस : पैसा खायचा, त्यावर जगायचं म्हणजे पक्षावर निष्ठा ठेवणार
नाही असं कसं होईल?

अवचितराव : पैशावर निष्ठा नव्हं - माझ्यावर निष्ठा ठेवायला पाहिजे. नाहीतर
तुम्हाला फुलटायमर करून आम्हाला काय फायदा? सगळ्या
पक्षात गटबाजी असती. आपापले गट बळकट करायला लागतात.
आमची धडपड ती आहे. आमच्या गटात भर पडली पाहिजे.

माणूस : तुमचा नातेवाईकच मी, तर तुम्हाला सोडून कुठं जाणार? खोबा
तिकडं चांगभलं.

अवचितराव : उद्या सकाळी मला पक्षाच्या कचेरीत येऊन भेट.

माणूस : ठीक हे सर. सकाळी येऊन भेटतो. (तो जातो.)

अवचितराव : (सेक्रेटरीकडे बघून) - हळूहळू आपला गट मोठा होत चाललाय,
नाही?

सेक्रेटरी : थेंबे थेंबे तळे साचे. मला वाटतं, पक्षात आलेला हा तुमचा
दोनशे एक्कावन्नवा नातेवाईक असेल.

अवचितराव : मला एवढे नातेवाईक होते हे मागे कधी माहीतच नव्हतं. सत्तेवर
आल्यावर लोक विसरतात म्हणतात ते साफ खोटं आहे. मला
माझ्या नातेवाईकांची, पैपावन्यांची, सगेसोयऱ्यांची ओळख सत्तेवर
आल्यावरच झाली.

सेक्रेटरी : खरं म्हणजे साहेब, हा तुमचा मोठेपणा आहे. अशी जाण ठेवणे
ह्यालाच माणूसपण म्हणतात.

अवचितराव : हातात सत्ता आल्यावर कैकांचं कल्याण केलं. सगळ्या माझ्या
बेकार पैपावन्यांना मोठमोठ्या हुद्द्यावर चिकटून दिलं. मी असा
इचार केला, आपल्या एक शब्दानं जर का होतं तर एवढं का
करू नये ह्या आपल्याच लोकांसाठी?

सेक्रेटरी : तुमच्यात खरं म्हणजे संतांचे गुण आहेत. तुम्ही जर का राजकारणात
पडला नसता तर ज्ञानेश्वर, तुकाराम, रामदास ह्यांच्या जोडीनं

तुमचं नाव घेतलं असतं. तुकारामानं नुस्तं म्हटलेलं आहे - 'जे का रंजले गांजले, त्यासी म्हणे जो आपुला, तोची साधु ओळखवा,' पण तुम्ही हे प्रत्यक्ष कृतीद्वारे करून दाखविलं आणि महत्त्व कृतीला आहे. मला तर बाई, तुम्ही राजकीय साधू वाटता - उगीच का मी नादी लागले? तुमच्याएवढं मला कुणीच असं बांधून घातलं नाही. मी का थोडे लोक पाहिले आपल्या आयुष्यात?

अवचितराव : खरं म्हंतेस! छे छे, असं नसेल - राजकीय संत होण्याइतका मोठेपणा कुठाय माझ्या अंगात?

(संपादक पादुका येतात.)

संपादक : मे आय् कम् इन् सर?

(दोघेही त्याच्याकडे पाहत राहतात)

अवचितराव : काय म्हणतो हा?
सेक्रेटरी : आत येऊ का असं विचारतात?
अवचितराव : पक्षात! त्यात विचारायचं काय? आमच्या पक्षाचं दार सर्वांना खुलं आहे. आम्हाला तहान लागली आहे तरुण रक्ताची! तरुण आहे ना, येऊ घ्यात. वकील आहे का?
संपादक : नाही. मी संपादक आहे.
अवचितराव : चालेल! या या. कशाचे संपादक आहात?
संपादक : मी संपादक - पादुका.
अवचितराव : पादुका? काय भानगड हो ही?
संपादक : पादुका माहीत नाही पा-दु-का. अहो रामाच्या पादुका.
अवचितराव : असं असं - म्हंजी पायातले खडाव. बरं, हे दैनिक आहे, मासिक आहे, साप्ताहिक आहे, काय आहे काय?
संपादक : पादुका हे माझं एक मासिक आहे. हे आहे धर्मविषयक. पण हे काही माझं एकच मासिक नव्हे. आमच्या नियतकालिकांपैकी ही एक संतशाखा. आणि हिचा व्याप जरा संथच आहे. पण धनिकांकडून पैसा मिळायला हे बरं साधन आहे. पैशाशिवाय चालतं कुठं? अडचणीत आलो की गळ्यात माळ घालतो. कपाळाला बुक्का लावतो आणि तुमच्यासारख्या कुणातरी माणसांकडे जाऊन सरळ धरणं धरून बसतो. नाही म्हणत नाही.

अवचितराव : मग ह्यात काय काय छापता?

संपादक : देवादिकांचे फोटो आणि जोडीला तुमच्यासारख्यांची चरित्रे. प्रत्येक अंक कुणालातरी अर्पण करतो. मुखपृष्ठाचं काम भागतं आणि खर्च बाहेर पडतो.

अवचितराव : अहो, नट्यांचे रंगीत फोटो छापा की - अंक उठतील तुमचे.

संपादक : ते आम्ही दुसऱ्या नियतकालिकात छापतो. ते आमचे अंक तडाखेबंद खपतात साहेब. दिवाळी अंकाचं तर ब्लॅकमार्केट होतं.

अवचितराव : त्याचे काय नाव?

संपादक : आपल्याला माहित नाही? अहो, 'पाखरू,' इट्स व्हेरी व्हेरी पॉप्युलर!

सेक्रेटरी : त्याच्यावर खटला झाला होता का अश्लीलतेबद्दल?

संपादक : करेक्ट! वाचता वाटतं आपण? खरं सांगू का आमच्या सगळ्या अश्लील नियतकालिकांचा वाचकवर्ग बायकाच आहेत. त्याचं काय आहे... पुरुषवर्ग समाजात मिसळतो - वावरतो. रिक्शात बसून 'ताश्कंद' असा परवलीचा शब्द म्हटला की अड्ड्यावर जाऊन पिऊन येतो. बायकांना हे जमत नाही. पण घरबसल्या आमच्या ह्या मासिकांनी त्यांना किक् येते. आणि जे थोडे किक् देते ते थोडे चालते.

अवचितराव : अशी भानगड आहे काय? आम्हाला एकदा दाखवा तरी तुमचे अंक.

सेक्रेटरी : साहेब, तुम्ही सगळे अंक पाहिलेले आहेत. आपण दोघांनी मिळून नाही का वाचले?

अवचितराव : तू काहीतरी अधून मधून वाचून दाखवत होतीस, पण माझं त्या वाचनाकडं लक्ष नव्हतं -

सेक्रेटरी : का हो संपादक महाशय - खटला झाल्यावर तुमच्या मासिकावर काही परिणाम झाला का?

संपादक : इट इज गूड क्वेश्चन -! ट्रेमिन्डस परिणाम झाला. भयंकर डिमांड आली. कसेबसे दोन हजार अंक काढीत होतो.अता दहादहा हजार अंक खपू लागले. हा झाला मासिकावरचा परिणाम आणि आम्ही कर्जमुक्त झालो.. हा आमच्यावरचा परिणाम.

अवचितराव : म्हंजे खटल्याचं कलम फायद्याचं झालं म्हना की!

संपादक : इट् वॉज गूड सेन्ट ऑपर्च्युनिटी. पूर्वी आम्ही प्रत्येक अंकाच्या छपाईबरोबर प्रेस बदलत होतो, छपाईचा खर्च भागत नव्हता

म्हणून. आता स्वत:चा प्रेस उघडला आहे. अपटूडेट ऑफीस थाटलं आहे. स्वत:ला राहण्यासाठी एक अडीचशांचा फ्लॅट घेतला आहे आणि एक देखणी मुलगी सेक्रेटरी ठेवली आहे.

अवचितराव : अरं वा! मंजी झकास चाललंय तुमचं.

संपादक : आणि व्यापही वाढवत चाललो आहे. पादुकाचं कार्यालय मी बाहेर स्वतंत्र बाजूला काढलं आहे. ते नरिसंगवाडीला ठेवलेलं आहे आणि 'पाखरू' च्या कार्यालयात आणखीन एका नियतकालिकाची भर टाकली ती म्हंजे 'लारिलप्पा.'

सेक्रेटरी : कशी छान नावं आहेत नाही?

संपादक : पण ते सुरुवातीला जनमनाची एवढी पक्कड घेईना.

सेक्रेटरी : मग काय बंद केलंत?

संपादक : नाही. मग आम्हीच खटले भरले - एक नाही, चार खटले भरले. आन् मग जी अंकांनं उचल खाल्ली म्हनता, अंक स्टॉलवर ठरत नाही. विक्रेते- अंक समोर मांडीतच नाहीत. असे मागे दडवून ठेवतो. एक रुपयाचा अंक अडीच रुपयाला विकतो. ब्लॅकमार्केट.

सेक्रेटरी : तरीच आम्हाला तो कुठं दिसत नाही.

संपादक : त्याच्या जागा ठरलेल्या असतात. 'लारिलप्पा' स्टॉलवर नाही दिसणार पण कोणत्याही कॉलेजच्या हॉस्टेलात जा - नुस्ती उशी वर करून बघा. लारिलप्पा.. कुठल्याही बंगल्यात जा. बाईसाहेबांच्या बेडरूममध्ये दिवा जळत असला की समजा, 'लारिलप्पा.'

सेक्रेटरी : म्हणजे तुमचे लारिलप्पाचे अंक खरंच इतके गरम असतात? आम्हाला काही जुने अंक पाठवा ना भेट म्हणून.

संपादक : आय ॲम सॉरी! कोणत्याही महिन्याचा एकही अंक शिल्लक नाही.

सेक्रेटरी : मग नवा निघाल्यावर पाठवा! तुमच्या कॉम्प्लिमेंटरी लिस्टात आमचं नाव असू द्या!

संपादक : कॉम्प्लिमेंटरी अंक आम्ही फक्त 'पादुका' चाच पाठवत असतो. हा काय मी एक घेऊनच आलो आहे. (अंक देतो.)

अवचितराव : (अंक पाहत) अरेच्या! हे कुठं तरी बघितलंय, पण त्या वरचं चित्र निराळं होतं - एप्रिल महिन्याचा अंक ना हा?

संपादक : बरोबर आहे. तुम्ही पाहिलात तो आम्ही शूर सैनिकांना अर्पण केला होता; पण पैशाची अडचण आली म्हणून हा अंक आम्ही बागाइतदाराच्या बायकोला अर्पण केला आहे. नमस्कार करण्यानं

जसं आपलं काही जात नाही तसं अर्पण करण्यानं काही बिघडत नाही. दोन हजार देणगीदाखल मिळाले.

सेक्रेटरी : पण एकाच महिन्याचे अंक असे वेगवेगळ्या लोकांना अर्पण केलेले चालतात?

संपादक : अहो बाई, पादुका अंक वाचतो कोण? या भागात तेवढे पन्नास अंक वाटायचे, दुसरीकडं दुसरे. अहो मार्च महिन्याचा पादुका तर चार लोकांना अर्पण केला आणि चार दोनी आठ हजार रुपये देणगी काढली. आमची फियाट पादुकाच्या पुण्याईनंच मिळाली.

अवचितराव : मग तुम्ही आमच्या पक्षात का येत नाही? खरं तर कार्यकर्त्यांचे सगळे गुण तुमच्यात आहेत.

संपादक : तिकीट देणार का?

अवचितराव : अशी हमी काही मी देत नाही.

सेक्रेटरी : (अवचितला बाजूला करून) हे पक्षात आले तर तुम्हाला तिकीट मिळायचं नाही. राजकारण अवघड होऊन बसेल. असे काही लोक बाहेर आहेत हे आपलं सुदैव समजा! ह्या देशात बड्या पगारांची सोय अशा बुद्धिवाद्यांसाठीच केली नाही का आपण, मग चार-चार हजार घ्यायचे कशासाठी विथ फ्लॅट.

अवचितराव : यस यस! बरं संपादक महाशय, आपण का आला होता?

संपादक : काही नाही. आपली मुलाखत घ्यायची होती आणि एक अंक अर्पण करायचा होता.

सेक्रेटरी : म्हणजे मग दोन हजार द्यावे लागणार?

संपादक : पण साहेबांचा पब्लिसिटी खर्च नाही का होत? पब्लिसिटी खर्च समजायचा, नि मुद्दाम निवडणूक तोंडावर आली आहे, म्हणून आलो, सचित्र मुलाखत छापतो. रोज काहीतरी पेपरात आलं पाहिजे.

अवचितराव : काही हरकत नाही. घ्या मग मुलाखत.

संपादक : मी काही आपला फार वेळ घेत नाही. म्हणजे काय, लग्नपत्रिका आणि थोरामोठ्यांची चरित्रे ह्यांचा मजकूर जवळजवळ ठरलेलाच असतो. फक्त आमचं काम जस्ट टु फिल इन् द ब्लॅक्स तेवढं आम्ही करतो. आपला जन्म?

अवचितराव : जसा चार लोकांचा होतो तसाच झाला.

संपादक : नाही, आय मीन आपली जन्मतारीख?

सेक्रेटरी	: अलिकडचीच सांगा. तरुण रक्त वाटलं पाहिजे.
अवचितराव	: साधारण चाळीसच्या आसपास धरा.
संपादक	: साहेब, आपण असं करू. बेचाळीसच्या क्रांतीत आपण काहीतरी केलं असं दाखवू. त्यावेळी साधारण आपण बारा एक वर्षाचे दाखवू. म्हणजे एवढ्या लहान वयात आपण चलेजावच्या चळवळीत हिरिरीने भाग घेतला असं दाखवू. छातीवर गोळ्या घेतल्या. रूळ उखडले, चावड्या जाळल्या. म्हणजे काय क्रांतिकारक वाटलं पाहिजे.
अवचितराव	: ही हिताचीच गोष्ट आहे. तसं दाखवा.
संपादक	: बरं, आपलं शिक्षण?
सेक्रेटरी	: त्याची काय गरज आहे? शिक्षणाला आपण बगल द्यावी हे बरं-
संपादक	: डोन्ट वरी अबाउट- शिक्षण झालं नाही ह्याची खंत वाटायचं कारण नाही. बेचाळीस उजाडली. बापूजींनी चलेजावची घोषणा केली. आणि थोर थोर नेत्यांच्या हाकेला ओ देऊन आणि तुम्ही इंग्रजी शिक्षणावर लाथ मारून बाहेर पडलात आणि त्यानंतर शाळेच्या चारभिंतीतून बाहेर पडून जगाच्या ह्या विशाल शाळेत प्रवेश केला आणि अनुभवाच्या जोरावर जे हे शिक्षण घेतलं त्याला तोड नाही. असं लिहिलं तर चालेल?
अवचितराव	: बेफाम - बेश्ट!
संपादक	: बरं, आपल्याला काही कारावास?
अवचितराव	: तीनदा घडला की; एकदा मारामारीत बेकार होतो तवा चोरी केलती बघा, आनी एक खोटी सही करून चेक वटवला होता बघा!
संपादक	: व्हेरी नाईस! मी मोघम तीन वेळा आपण तुरुंगात होता असं लिहितो आणि साधारण १९२०-३०-४२ ला आपण तुरुंगवास भोगला असं लिहितो. तुमचा कारावास पथ्यावर पडणार असं दिसतंय साहेब.
अवचितराव	: थांबा थांबा. आमचा जन्म जर तीस साली दाखवला तर कारावासाचा घोटाळा होईल.
संपादक	: अहो वाचतंय कोण एवढं आणि वाचलं तर हिशोब कोण करतोय! बरं आपलं लग्नं ?
अवचितराव	: एक कायदेशीर झालेलं आहे. दुसरा गांधर्व विवाह समजा. सुविद्य, सुशिक्षित विशेषणं आमच्या दुसऱ्या कुटुंबाकरिता लावा.

सेक्रेटरी	: पण पहिल्या कुटुंबाचा उल्लेखच केला नाही तर चालणार नाही का?

(सोंगाड्या येतो)

सोंगाड्या	: साहेब, टॅक्सी येऊन बराच वेळ थांबलेली आहे.
सेक्रेटरी	: हो, आपल्याला त्या हस्तलिखित मासिकाच्या प्रकाशनाला जायचं नाही का?
अवचितराव	: त्याचं भाषण तयार ठेवलं आहे का?
सेक्रेटरी	: परवा दौऱ्यात केलं तेच इथं करायचं.
अवचितराव	: ते तोंडपाठ हे मला. मग संपदक महाशय, आमी जावून येवू का जरा? आधीच उशीर झालाय.
संपादक	: मी तसा मुक्कामाच्या बेतानंच आलो आहे. मला अजून तुमचे फोटो घ्यायचे आहेत.
सेक्रेटरी	: मुक्काम कराच. अमेरिकेचे शिष्टमंडळ येणार आहे. त्याचासुद्धा सगळा वृत्तांत आला पाहिजे तुमच्या मासिकात फोटोसह हां!
अवचितराव	: आमचं हे चरित्र तुम्ही छापणार कोंच्या मासिकात, पादुका का पाखरू?
सेक्रेटरी	: पादुका कशाला? गरम मासिकात छापा ना -
संपादक	: पाखरूत टाकू, नाहीतर लारिलप्पात टाकू. नाहीतर असं करू, तुमचं राजकीय जीवन पादुकात टाकू आणि खाजगी जीवन आम्ही पाखरूत टाकू. लोकांना आवडेल.

(फोन येतो)

सेक्रेटरी	: दिल्लीचा ट्रंककॉल आहे.
अवचितराव	: (फोन घेतो) हॅलो हॅलो! मैच बोल रहा हूँ. क्या खबर है? शिष्टमंडळके सांस्कृतिक प्रोग्रामका बंदोबस्त किया है. वोच शेती सुधारनेवाला. महाराष्ट्राका लावणी नृत्यका प्रोग्राम फिक्स किया है! अच्छा अच्छा. (बंद करतो.) चांदणीबाय, दिल्लीहून फोन आलता. तुम्ही तालमीला सुरुवात करा. सासरेबुवा शुद्धीत आहेत का? मी गोव्याची नार गुलछडी अशी फाकडू लावणी काढा आमी जावून येतो. (संपादकाला) आमच्या बायकोचा सांस्कृतिक

कार्यक्रम बगून जावा. लावणी झकास म्हणती. फोटोबिटोबी घ्या. (चांदणीला) हे संपादक बरं का. नाचूनबिचून दावा. तुमचे फोटोबिटो येतील. (जातो.)

चांदणी :

माझ्या मल्हारीचा मंदील ग जरतारी
देव देवातला देवातला मल्हारी, देव अवतारी ।।धृ।।
लाख पायरी चिरे खडकाला
वाट्या सोबतीला सडकाला
नर नारी करी यळकोट देव मल्हारी ।।१।।
घोडा चांदीचा चंद्रावाणी
मागं जोडीला म्हाळसा राणी
राना वनांत बानुबाई तुला पुकारी ।।२।।
माझ्या नवसाला खंडोबा पावला
देवा संकटकाळी तुम्ही धावला
तुझी लीला अशी अगाध नाही कळणारी ।।३।।

संपादक : नमस्कार - आपला उल्लेख करू नये असं त्या बाई म्हणत होत्या. साहेबांना पुरं घेरलेलं दिसतंय.

चांदणी : तिचा ह्यो पाचवा नवरा हे. आता आमाला छळायला बसलीया. मी तुमचं सगळं ऐकलंय तुमचं. खरं सांगू, संपादकबाबा, आमच्या त्या मालकास्नी ज्यो मोटेपणा मिळालाय त्यो आमच्या पुण्याईने. काय रं धोत्र्या?

धोत्र्या : तर, त्याचं काय आहे साहेब! आपलेच दात अन् आपलेच व्होट; काय सांगायचं?

संपादक : म्हंजे काय भानगड आहे?

धोत्र्या : आवो, ह्या गाढवाला अक्कल कुठाय?

संपादक : ज्यांच्यावर जगता, ज्यांचे अन्न खाता त्यांना असे बोलता?

धोत्र्या : खरं बोलतो.

चांदणी : त्यात काय खोटं हे. खरं त्योच सांगतोय.

धोत्र्या : साहेब, अंदरकी बात सांगू का, हिकडं बगा. दाढीवाल्याचा फोटो दिसतोय का? ह्यो कवटी वैद्य परिवारवाल्याचा.

संपादक : बरं -सांगा.

चांदणी : आमी त्याला बनवून आणला. हे ठार खुळ्यासारखं करीत व्हतं. आमी त्याचा कांदा पार खरडून काढला. जवा त्याची पार अक्कल

	कापून टाकली, तवा त्याचा असा फुढारी झाला आन् आमालाच हिंग लावून पुसाना झालाय.
संपादक	: खरं म्हणताय का? अहो, ह्याच्यावर आम्हाला स्पुटनिकचा अंक काढता येईल. वा! गुड आयडीया. ह्या धमकीवर मला पैसे काढता येईल. पण बाई, खरंच सगळी अक्कल काढून टाकली?
धोत्र्या	: तुमाला आता उदाहरणच देवून सांगतो. नदीत आंगूळ करून माणसं जशी वतम्यानं देवळात जात्यात देवाला भेटायला, तसा आपला सगळा मेंदू बाजूला ठेवून कोरड्या डोक्यानं असं राजकारणात जात्यात, त्याचाच फुढारी होतोय. लगीच व्याख्यानं द्याया लागत्यात. भारतीय संस्कृती...आरं ह्येंच्या.
संपादक	: पण असं कसं असेल -
धोत्र्या	: मग मला आसं सांगा, एकतरी शाणा - विलायती शिक्षण घेतलेला - बडं बडं हाफिसर कुनी राजकारणात जात्यात का? मेंदू असतोय - जात्याल कशी? कोरड्यानं जावं लागतंय. कोरड्यानं. नारळ वाजतो - तसं ठाणठाण वाजाय लागतंय. त्येलाच हेच राजकारण जमतंय.आवं डोस्क्याचा माणूस इचार करनार. आन् इचार केला की मेलाच बघा, ज्यो बिनविचाराचा असतोय त्योच राजकारणात विचारवंत ठरतोय बघा.

(सैदू तारेत येतो)

सैदू	: तुमची गणगौळण संपली का. चला लावणी होऊ द्या.
धोत्र्या	: असा सासरा आन् तसा जावई बरं का? सारक्याला वारकी जमल्यात बघा. बरं, चला तालमीला सुरुवात करा. बसा हो संपादक.

(अवचितराव येतो.)

अवचितराव	: झाली तालीम? आता राहिलेली मुलाकात सुरू करा.
संपादक	: स्ट्रेट क्वेश्चन सर! टेल मी हाऊ मच वील यू पे मी फॉर नॉट डिस्क्लोज युवर भानगडीज? तुमची नाडी माझ्या हातात सापडली आहे. तुमचा मेंदू समूळ निपटून काढला आहे ही गोष्ट खरी आहे की नाही? (अवचितराव बघत राहतो) आय डिमांड ट्वेन्टी थाऊजंड रुपीज फ्रॉम यू. से एस और नो. स्ट्रेट क्वेश्चन

सर! मी गप बसणार नाही. माझ्यातला संपादक जागा झाला आहे. ही गोष्ट जगजाहीर केली तर तुमच्यावर राजकीय गंडांतर येईल.

अवचितराव : वीस हजार? वीस हजार म्हणजे काय झाले? ॲम्बेसडर येते ॲम्बेसडर!

सेक्रेटरी : आपणच ह्यांचा काटा काढू! आपल्याला गुंतवता येणार नाही का कुठं? तुम्हीच किती पैसे देणार ते सांगा ?

संपादक : स्पुटनिकचा अंक काढीन.

सेक्रेटरी : दहा ठिकाणांवरून खटले भरू - एक नागपूर, एक इंदूर, एक दिल्ली. नुस्तं हेलपाट्यांनं मरशील.

संपादक : ठीक आहे. मी तारीख देतो. ह्या वीस तारखेपर्यंत तुमचा चेक आला नाही तर तुमच्यावर स्पुटनिक अंक काढतो. जातो मी. (जातो.)

(स्पुटनिक अंकाची विक्री चालू आहे अशा अर्थी अदृश्य ध्वनी, आरोळ्या वगैरे. दोन तीन लोक. पोऱ्या अंकाची जाहिरात करतो आहे - 'स्पुटनिक अंक चार आणे.' दोन लोक अंक घेतात.)

पहिला : कमाल आहे! ह्याची अक्कलच कापली. हा पुढारी झाला कसा?

दुसरा : पुढारी असायला अक्कल कशाला लागतिया? काय नोकरी करायची हे, का साहेबांची मर्जी संपादन करायची आहे? का बॉसला खुश ठेवायचं आहे?

तिसरा : आयला भंकसच! ह्यावर हे चर्चा आणि काय करतात, संपादक अंक काय काढतात! तेव्हा पुढाऱ्यांच्या निवडणुका पण होत, नेतेपदासाठी खटपटी लटपटी पण कराव्या लागत, आणि जे जास्त पैसा खर्च करत आणि जे जास्त भानगडी करत ते लोक निवडून येत आणि नेते होत. त्या निवडणुकीत फक्त पैशाचाच चुराडा होत आहे असे नाही तर जनतेचाही चुराडा होत आहे, पण तो दिसत नसे. जाऊ या. (जातो.)

पहिला : पण कवटीपरीक्षक कोण? त्याचा शोध घेतला पाहिजे.

दुसरा : तो आता उजेडात येईल लोक त्याच्या मागं लागल्याशिवाय राहतील?

पहिला : अहो, बरोबर आहे. प्रत्येकजण आपली अक्कल काप असंच त्याला म्हणणार! अक्कल हवी कशाला? एकूण ती असणं

वाईटच. कारण असली की चालवावी लागती. ती झिजवण्यातच आयुष्य झिजवावं लागतं. ती नसलेली बरी.

(पडद्यामागे गलबला 'ऐकलं का? वाचलं का?' पडदा वर जातो.)
(अत्यंत प्रसन्न चेहऱ्यानं अवचितराव बसलेला. भेटायला लोक येतात. त्यांना नमस्कार करतो. अंक देतो.)

पहिला	: आम्ही सांत्वनाला आलो होतो.
अवचितराव	: अहो, ह्यात सांत्वन कसलं करता? आज माझा आनंद गगनात मावेनासा झालाय. एकाला दोन तपं अविश्रांत खपलो असतो तरी हे अंस नाव झालं असतं का?
पहिला	: म्हणजे चुकलंच आमचं. हार तरी घेऊन आलो असतो.
अवचितराव	: वेळ गेलेली नाही अजून. सत्कार-समारंभ घडवून आणा.
दुसरा	: प्रत्येक वार्डात घडवून आणू की. सत्काराच्या कमिट्याच करू की.
तिसरा	: (सुतकी चेहरा) अं -
अवचितराव	: या. (अंक देतो. तो गडबडून जातो.)
तिसरा	: भयानक लिहिलंय.
अवचितराव	: सुरेख लिहिलंय.
तिसरा	: भाषा चांगली पण मतितार्थ.
अवचितराव	: तोच मोलाचा
दुसरा	: आवं नाव झालं ना साहेबांचं.
अवचितराव	: ह्या सगळ्यांना पेढे आणून द्या आणि आठ दिवसांत कुठं जरा गॅप असेल तर जंगी पार्टी अरेंज करा.

(वैद्य पळत येतो. पाय धरतो)

वैद्य	: वाचवा, वाचवा साहेब.
अवचितराव	: (त्याला उठवीत) हे काय? आम्ही तुमचे पाय धरायचे का तुम्ही? आमची अक्कल कापली असली तरी एवढं कळतं आम्हाला? असे घाबरलेत का? काय झालंय तरी काय?
वैद्य	: लोक सगळे माझ्यामागे लागलेत. आता कुनाकुनाची म्हणून अक्कल कापू? आवं मोर्चाच माझ्यामागे लागलाय.
अवचितराव	: असं म्हंता?

धोतरोजी	: जनता कुनाच्या आन् कवा मागं लागंल हे सांगता येत नसतं.
वैद्य	: आता साहेब, असं करा - जगात कुनाजवळ नाही ती विद्या माझ्याजवळ आहे, पण माझ्या विद्घेचा मला फायदा घेता येत नाही; आता असं करा. ती विद्या मी तुम्हाला शिकवतो. माझी अक्कल तेवढी खरडून टाका. तुमचं भलं झालं, माझं भलं करा.

(मोर्चाचे आवाज आमची अक्कल कापलीच पाहिजे. आमी पुढारी झालो पाहिजे!)

कायम टवटवीत राहतील अशा कथांचा संग्रह

शंकर पाटील

शंकर पाटील यांनी कथा, कादंबरी, ललित लेख, वगनाट्य
असे विविध साहित्यप्रकार हाताळले असले
तरी ग्रामीण कथाकार म्हणूनच ते अधिक लोकप्रिय झाले.
'ताजमहालमध्ये सरपंच' हा कायम टवटवीत राहतील
अशा कथांचा संग्रह. या कथा म्हणजे खुसखुशीत विनोदाआडून
घडवलेलं वास्तवदर्शनच! या संग्रहातील कथांमधून
ग्रामीण राजकारण, जीवनशैली तसंच समाजातील
काही नमुनेदार नगांचं चित्रण आढळतं.
प्रत्येक कथा चटपटीत संवाद आणि चुरचुरीत
विनोदाने बहरलेली दिसते.
ती ठरवून लिहिलेली नाही तर उत्स्फूर्त वाटते.
सहजता आणि सोपेपणा या वैशिष्ट्यांमुळं
या कथा वाचकाच्या मनाला भिडतात.

खास कोल्हापुरी शब्दयोजना असलेली
पाटलांची आधुनिक स्मरणचंची

शंकर पाटील

चंचीच्या कप्प्यांमधून निरनिराळ्या वस्तू ठेवलेल्या असतात
आणि विडा खाणारा त्या कप्प्यांमधून
हव्या त्या वस्तू काढून घेऊन आपला विडा रंगवतो.
शंकर पाटलांनी आपल्या मन:कोषात
विविध अनुभव जपून ठेवले होते.
आणि लेखन रंगतदार करण्यासाठी
त्यांनी त्या अनुभवांचाच उपयोग केला आहे.
खास कोल्हापुरी शब्दयोजना असलेली
पाटलांची आधुनिक स्मरणचंची उलगडली की
वाचनविडा रंगायलाच हवा.

शंकर पाटील

"म्या दारूला शिवलो न्हाई. शप्पत सांगतो, मी घेतल्याली न्हाई.
उगा इनाकारणी माज्यावर अदावत घेऊ नका."
राऊ खोतानं साफ झिडकारलं तशी ती सारी चावडी
खालवर झाली. लोक खदाखदा हसू लागले आणि राऊ खोतच
म्हणाला,
"हसून दावू नका. खरं सांगतो. मी घेतल्याली न्हाई."
रामभाऊ हसून म्हणाले,-
"गड्या, तुझ डोळं सांगत्यात की रं!"
"अण्णा, डोळं काय सांगत्यात? गपा, उगच गप्प् बसा."
"उतरंस्तवर गप् बसावं म्हणतोस क्वय राऊ?"
"अहो, काय चढलीया काय मला?"
"अजून चढली न्हाई म्हणतोस?"
"अहो, त्याचं नावसुदिक घेऊ नगा. शिवल्याला न्हाई म्या त्याला!"
एक सनदी पुढं झाला आणि मोठ्यानं म्हणाला,
"शिवल्यालं न्हाई, तर मग दडून का बसला होतास?"
"शेबास! मी काय दडून बसलो होतो काय?"
"दडला नव्हतास तर मग माळ्यावर काय करत होतास?"
"माळ्यावर काय करतोय! गडद झोपलो होतो?"
"मग खाली जागा नव्हती काय?"
"ते तुम्हाला काय करायचं? आम्ही खाली झोपू न्हाईतर वर झोपू!"
राऊ असं आडवं बोलला आणि सबंध चावडी पोट धरून हसू
लागली.